Mwavyaji wa Roho
na Hadithi Nyingine

Mwavyaji wa Roho
na Hadithi Nyingine

Sanja Leonard Leo
(Mhariri)

Mwavyaji wa roho na hadithi nyingine.
Kitabu hiki kimetolewa kwa mara ya kwanza 2011
na Focus Publishers Ltd
S.L.P 28176
00200 Nairobi, Kenya
barua pepe: focus@africaonline.co.ke
tofuti: www.focuspublishers.co.ke

Toleo la pili 2011
Toleo la tatu 2012

ISBN: 9966-01-157-9

Kimepigwa chapa na
Printpak
Likoni Road
P.O Box 78354 — 00507
Nairobi, Kenya

YALIYOMO

DIBAJI

Mkusanyiko huu wa hadithi fupi umefanywa maksudi uwafae walimu wa viwango vya shule za upili na wale wa vyuo vikuu na hata wasomaji wengine wanaopenda usomaji wa hadithi za Kiswahili. Aidha kitawafaa sana wanafunzi wa Kiswahili na wengine. Muhimu zaidi kilichoongoza uteuzi wa hadithi zenyewe ni namna waandishi walivyoandika kwa mitindo mbalimbali na kwa usimulizi wenye utelezi. Umejumuisha hadithi za waandishi wakomavu na chipukizi wenye karama na uwezo mkubwa wa kubuni na kusimulia visa kwa mitindo mizuri ambayo bila shaka itawasisimua wasomaji. Isitoshe, maudhui yake ni mazuri na yanahusu maswala nyeti ibuka. Miundo yake pia ni mizuri na wanafunzi wanatarajiwa kufaidi pakubwa.

Utangulizi wenye kueleza sifa za hadithi fupi umejumuishwa kwa manufaa ya wanafunzi na yeyote anayetaka kujua zaidi juu ya utanzu huu wa Fasihi.

Napenda kuwashukuru kwa dhati wote waliochangia katika mkusanyiko huu wa hadithi fupi; mathalan: Bw. Peter Muthui – Focus Publishers Ltd, Dkt. John Habwe Hamu, Bw. Jonathan Mutie, Prof. Kitula King'ei na Dr. Mbuthia Evans (ambao

walinihimiza na hata kunipa maarifa yaliyonifaa
sana). Sitawasahau Dkt. Ayub Mukhwana wa Chuo
Kikuu cha Nairobi na Bi. Beatrice Luteshi, Kim-Fay
EA Ltd., kwa mawaidha yao.

Sanja Leonard Leo
(Mhariri)

Hadithi Fupi ni Nini?

KWA mujibu wa Owen, McOnyango (2006: 7-8) hadithi fupi ni utanzu mchanga sana ukilinganishwa na tanzu nyingine za Fasihi ya Kiswahili kama vile ushairi na riwaya katika Afrika Mashariki. Ni hadi majuzi tu baada ya kuanza kufundishwa katika shule za upili nchini Kenya ambapo tumeshuhudia vitabu vingi vikichapishwa na hata kusomwa na walimu hasa wa vyuoni wakiongoza katika uandikaji na uhariri wazo. Wamitila akitoa maoni wakati mmoja alisema kuwa, awali ni hadithi zilizochapishwa kwenye magazeti haswa nchini Tanzania na anamsifu Kezilahabi kama miongoni mwa wasomi maarufu waliouweka hai utanzu wa hadithi fupi.

Anayesifika kwa uasisi wa hadithi fupi na kuandikia kauli tuzijuazo hadi sasa ni mtaalamu wa Kimarekani, Edgar Allan Poe, katika karne ya kumi na tisa. Mawazo yake yametumiwa sana kufasili hadithi fupi. Owen anafasili hadithi fupi kama; tungo **bunifu** lenye muundo wa **masimulizi mafupi** ya maandishi ya **kinathari** lenye **tukio moja** kuhusu **mhusika mmoja**; kwenye **mandhari madogo** yenye **mtiririko mzuri** na vitendo na huwasilisha **hisia moja** kwa **mshikamano** na **umoja**.

Mtazamo huu unaegemea sana katika kueleza sifa za hadithi fupi kuliko kueleza maana ya hadithi fupi. Kati ya mambo aliyoyataja Owen ni kuwa, hadithi fupi kama alivyoeleza E. A. Poe ni kuwa sharti iwe fupi na ambayo inaweza kusomeka kwenye kikao kimoja. Poe alipendekeza idadi ya maneno kati ya 1,500 – 10,000. Hoja hii hupingwa na wataalamu wengi wa Fasihi. Kama anavyosema Mbatia E.M. (2000), ufupi ni suala linalotegemea mambo mengi. Kwa mfano, hasemi suala la idadi ya chini sana ya maneno na ile ya juu sana itaamuliwa kwa vigezo gani? Hii inaonyesha namna ilivyo vigumu kutoa fasili ya hadithi fupi. Hata hivyo, yaonekana dhana ya ufupi ndiyo inayoelekea kutiliwa maanani; ni kwa nini kuelezea wahusika kuwa wachache, mandhari kuwa finyu na isiyo hamahama, na tukio moja tu katika maisha ya mhusika kuangaziwa zaidi kuliko masuala mengine. Hii ina maana kuwa mhusika mkuu ndiye anayeangaziwa zaidi kuliko wale wengine na wale wanaotajwa tu.

Ubunifu na usimulizi unarejelea dhana kuwa ni sharti mwandishi wa hadithi fupi abuni na kuzua kisa cha kusimulia na bila shaka lugha ya masimulizi itatumika. Hii ni kawaida hata katika masimulizi mengine na kazi zote za kubuni. Kwa maoni yetu, ubunifu sio sifa ya hadithi fupi. Sifa muhimu ni kwamba tukio moja tu katika maisha ya mhusika mkuu ndilo linalozingatiwa na kwa hivyo, hisia inayotolewa kulingana na jambo hilo ni nzito. Mfano, suala la ndoa. Katika hadithi ya **Uganga wa Pete,** hisia ya kuzinduliwa kwamba kumbe ushirikiano ni bora ni suala kubwa katika ndoa. Hali kama hiyo inajitokeza katika hadithi zote. Maelezo haya yanatokana na maelezo aliyoyatoa R. Ohly (1992:x) kuwa hadithi fupi hujengwa katika tukio moja lisilo na mawanda mapana ambalo limetokana na jamii. Malighafi ya hadithi fupi sawia na tanzu zingine basi ni jamii; ni hadithi zinazolenga kuathiri maisha ya watu katika jamii kwa kusimulia yanayowahusu wanajamii.

Jambo kuu hata hivyo linalokuja na ubunifu ni kuwa, ijapo hadithi fupi inazungumzia jambo lililochotwa katika jamii, lazima iliseme kisanaa. Huu ndio ufundi, na ufundi unahusu kutumia lugha kiufundi ili kuwasilisha mawazo au wazo fulani mahsusi. Kisa na maana ni kuwa, kazi yoyote ambayo haimwathiri kiakili na kihisia msomaji ni chapwa na isiyofinyangwa vyema. La sivyo, msomaji atashawishika vipi ili atende mafundisho yanayotokana na yaliyomo? Kutenda hapa ni kwa maana ya kujitathmini katika mazingira ya kijamii.

Kwa wataalamu wengi, uwezo wa kuoanisha vipengele vyote pamoja na kufanya tungo moja mathubuti (mshikamano) ndiyo sifa kuu ya masimulizi, tukio, mandhari, wahusika na muundo kwa ujumla kama vyaweza kupikwa vikapikika basi ukamilifu unaostahiki utakuwa umepatikana. Vinginevyo basi, mtiririko ni dhana inayorejelea

namna matendo au matukio yalivyopangika katika
hadithi—lipi linaanza na kufuatiwa na lipi hadi
mwisho. Inahusu upangaji mzuri wa mawazo na kwa
njia ambayo inawezesha kuyaelewa barabara. Aidha
ni juhudi za kwamba migogoro inayozuka kutokana
na suala husika inatukia vyema na haivurugwi.

Katika siku za hivi karibuni, tumeshuhudia
mambo kadha muhimu katika uandishi wa hadithi
fupi. Matumizi ya mbinu rejeshi pamoja na mbinu
elekezi ni mambo yanayojitokeza zaidi kama mbinu.
Aidha tumeona majaribio ya kutumia sehemu ya
vipengele vya Fasihi Simulizi katika fani hii.
Matumizi ya mbazi, ngano, mashairi na kuwepo kwa
chembechembe zingine ni juhudi za kuibua mitindo
na mikondo kemkem katika utanzu huu. Hata hivyo,
kuna mbinu nyingine kama uchoraji uhalisia bila
kuegemea mtiririko tu.

Ili msomaji aweze kukinai masimulizi haya
kikamilifu sharti asome kwa jicho pekuzi na kwa kina
kwa kuzingatia vipengele vya; dhamira,maudhui,
mazingira ya kiwakati ya tukio, mandhari na namna
wahusika wanavyoshughulikiwa. Aidha mbinu za
kimuundo na kimtindo kama vile; Ngano, nyimbo
mashairi na barua, mbinu rejeshi, taharuki, mbinu
elekezi pamoja na matumizi ya lugha hasa ya
kimajazi na kijazanda ni muhimu sana. Ikumbukwe
kuwa lugha ndiyo malighafi kuu ya Fasihi Andishi.

Tungependa kuhitimisha kwa kusema kuwa
utanzu huu sio mpya tena katika Afrika Mashariki

na hili limedhihirishwa na wingi wa vitabu ambavyo vimechapishwa hadi sasa. Isitoshe, idadi ya waandishi waliokomaa na chipukizi wanaotoa hadithi zao wakati wa uchapishaji inayonyesha kuwa huu ni utanzu ambao umezoeleka sasa na unaopokewa vyema na Waswahili wa Afrika Mashariki.

Sanja Leonard Leo

Marejeleo

Mbatia, M. (Mh) (2000), *Mwenda Wazimu na Hadithi Nyingine*, Nairobi, The Jomo Kenyatta Foundation.

McOnyango, O. (Mh) (2006), *Mimba Ingali Mimba na Hadithi Nyingine*, Nairobi, Focus Publishers Ltd.

Ohly, R. (1981), *Aggressive Prose*, Dar es Salaam Institute of Kiswahili Research.

Shaw, V. (1983), *The Short Story: A Critical Introduction*, Essex: Longman.

Wamitila, K.W. (Mh) (2004), *Mayai Waziri wa Maradhi na Hadithi Nyingine*, Nairobi, Focus Publishers Ltd.

Wamitila, K.W. (Mh) (2004), (2006) *Shingo la Mbunge na Hadithi Nyingine*, Nairobi, Videmuwa Publishers.

Siku ya Kheri

John Habwe

NILISUBIRI mapambazuko kwa hamu kubwa. Sikuweza kupata hata lepe la usingizi. Kisa na maana ni uzito ulionikaa moyoni. Mwili wangu wenyewe niliuhisi ukiwa mzito kama nanga. Mawazo nayo yaliniseta hata nisiweze kutulia. Mara kadhaa niliona nitakuja kushikwa na wazimu. Nilishtuka ninasema peke yangu. Nilishtuka hata mwili ukatetemeka tu.

Mara akili zangu zilirudi huko sebuleni walikolala wanangu wawili; Teke na Kenya. Lo! Nilighadhabika. Nilikumbuka jana wamelala bila kula chochote. Huyo Teke amekuwa mgonjwa wiki mbili sasa. Siwezi kuzumbua hata pesa za kumpa dawa. Zahanati iliyokuwa karibu ilifungwa kwa ukosefu wa dawa. Tuliandamana kwa ajili ya kashfa lakini hatukubadilisha lolote. Iliendelea kuwepo, thabiti, imara na ya wachache.

"Utafanyaje?" sauti iliniuliza kidogo kwa ukali na mchanganyo wa huruma.

"Sijui nitafanyanje," nilishtukia nimejibu hiyo sauti. Nilimaka nilikuwa nikiota.

Hata mke wangu Sang'ona ambaye siku mbili hatujaambiana la heri au shari kwa ajili ya kukasirishwa na hali yangu ya ukosefu alishtuka. Nilisikia akijipindua hapo kitandani tulikolala katika godoro la katani mbovu. Hata hivyo hakusema lolote. Nilimsikia ukimtoka mlio wa kidoko. Labda sheria ya kukasirika zaidi.

"Haidhuru," nilisema kimoyomoyo huku nikimeza funda la pumzi moto.

"Huenda huyo mwanangu akafa, jameni." Niliwaza, sasa kwa mahangaiko makubwa.

Maana hajapata lishe sawa na chakula cha msaada cha pekee kilikuwa kimemalizika. Nilijitahidi kulala bila fanaka yoyote. Baada ya masaa mengi ya kupindukapinduka nilisikia jimbi wa jirani akiwika. Majimbi mengi hayakuwika sana kwa ajili ya huu

msimu wa njaa. Nilingojea huyo jimbi tuliyemwita
Meja awike mara mbili tatu ndipo nijue
kumepambazuka kabisa. Nilitaka kuraukia kituoni
kwa chifu kuona kama ningepata angalau kopo la
mchele kama si kopo la mahindi la kuja kupikia
wanangu.

Hauchi hauchi kumekucha. Nilijibandua kutoka
kitandani. Nilihisi mwili wangu ukiwa mnyonge.
Nilikuwa na wepesi wa unyasi katika tufani.
Nilijikaza. Nilivaa haraka haraka kutaka kuelekea
kwa chifu kuona kama nitazumbua lolote licha ya
uvumi wa wizi.

Nilifungua mlango polepole. Sikutaka
kuwaamsha wanangu ambao walikuwa wanajitahidi
kulala hapo jamvini. Nilizoa mzoga wa mbwa
wangu, Bond. Alikuwa ameshindwa kuhimili makali
ya jua na njaa ya hapo kwetu kijijini Semuna.
Walikuwa mbwa wawili. Huyu Bond na Rakshee.
Rakshee alisombwa na maji ya mvua iliyotangulia
kiangazi. Sasa mwenzake aliyebaki alikuwa
amesalimu amri. Nilimshukuru Mola kwa matukio
haya. Niliutupa huo mzoga mahali ili kuuzika
baadaye nikirudi. Nilitaka kuhangaikia tumbo la
familia mwanzo.

Kambi ya chifu iko kilomita ishirini kutoka kijijini
kwetu. Nilipenda kutumia mparapata wangu wa
baiskeli nikienda huko lakini mara hii baiskeli hiyo
ilitoboka magurudumu yote mawili. Niliachana
nayo. Kila siku nilitaka kushughulika na kitu kimoja

tu; chakula. Nilitaka kumlaani Mungu kwa kutupa sisi binadamu tumbo. Halishibi. Halina shukrani. Halifanyi kazi.

Nilikata kijasho chembamba nikichepuka kuelekea kwa chifu. Nilihisi kisunzi kwa mbali. Lakini nilikaza mwendo. Si waongo waliosema lisilo na budi halina budi basi hutendwa. Sasa kulikuwa kumepambazuka. Watu walionekana wakipita kutafuta maji na nyasi za ng'ombe na mifugo wengine. Punda wa kuvuta mitungi ya maji walionekana dhaifu na wachovu sana. Niliwahurumia ila sikuwa na uwezo wa kuwasaidia.

Nilianza kuona mlingoti wa bendera ya taifa letu. Hiyo ndiyo ishara kuwa uko karibu kufika kwa chifu. Hatimaye nilifika. Nilipata foleni ndefu maradufu kuliko nilivyotarajia. Nilitaka kukata tamaa lakini nilikumbuka wanangu na mke wangu. Nilijiunga na hiyo foleni baada ya watu watatu kujiunga nayo wakati nikifanya uamuzi. Nilisimamia karibu na mlingoti wa bendera. Nilitazama bendera ya taifa kwa matamanio makubwa. Ilichezeshwa na upepo. Nilifikiria uhuru wetu. Niliwazia watu wetu. Niliwazia viongozi. Niliwazia pia shela zima la maisha ya binadamu. Nilichukizwa. Nilighadhabishwa. Msumeno wa njaa nao ulizidi kunikereza katika matumbo yasiyokuwa na kitu ila maji.

"Wee Mutoro, sogea, bwana," alinieleza jirani yangu Mbike ambaye alikuwa amesimama kwenye hiyo foleni iliyosogea kwa mwendo wa kinyonga.

Nilisonga kwa mafutu. Sasa licha ya hasira, izara ilianza kutafuta nafasi katika akili zangu. Mbona ninalishwa kama mtoto? Misaada ilikuwa inatolewa. Mara kukatolewa tangazo mafuta yalikuwa yameisha.

"Haidhuru," nilisema. Niliamba kimoyomoyo mahindi na mchele navyo visije vikaisha. Watu walianza kufanya wasiwasi na kuanza kuvuruga foleni. Mara mzee mmoja alianguka chini akachukuliwa na wahudumu wa Msalaba Mwekundu.

"Tengenezeni foleni nyinyi," alisema mwanajeshi aliyekuwa na kiboko mfano wa kamba.

Watu nao hawakusikiliza. Wakazidi kusukumana. Huyo bwana aliyeitwa Mwangangi aliturukia kwa viboko na matusi. Nilishtukia amenichapa mara tatu kichwani. Lakini licha ya hicho kichapo sikuondoka kwenye foleni. Nilisimama ndi kwenye foleni hiyo. Watu walilalamika. Uvumi wa kashfa pale kwa chifu ukapeperushwa kama karatasi katika upepo mkali.

"Msitufanyie hiana. Hata sisi ni watu," alisema mama mmoja, Zingo, aliyekuwa amefunga mtoto mgongoni.

"Hata sisi ni wananchi na wenye nchi," aliongeza Zingo.

"Wewe mama usituletee mdomo wako hapa. Kama una mdomo upeleke kwako," alisema Mwangangi huku macho yake yanawaka kama ya chui.

Watu walinguruma hapo bila kusema lolote waziwazi. Walichelea wasije wakatia kitumbua chao mchanga.

"Ikiwa mnataka kulalamika ondokeni. Hapana lazima ya kuja hapa au kuwa kwenye foleni," Mwangangi aliongeza akitembea kwa takaburi.

"Leo ni sisi. Kesho ni nyinyi," huyo mama Zingo alisema macho yake makavu kama ya mchawi.

"Nyamaza nawe," nilimweleza Zingo.

"Ulitima umenifanya zingo kama chakaramu. Ninyamaze nini. Hii misaada ni ya serikali si ya mtu," Zingo alisema kwa sauti ya juu akiangalia upande wa Mwangangi aliyasema huku ana bunduki la AK 47.

Chifu alipita. Kibonge cha mtu. Ni mweusi tititi. Ameinuka mabega. Kitumbo kimejaa. Pia naye anakwenda kwa usodeni. Aliingia gari la *Volvo* akaondoka pale kituoni pake. Watu waliajabia alivyounga. Ama kila mtu ana siku yake ya kushiba!

Tulisimama kwenye foleni. Dakika zilipita masaa yalipita. Watu walijaa hasira moyoni. Moyo wangu ulirudi nyumbani. Nikawa ninaomba nipate angalau punje ya mchele au mahindi. Mara kadha nilisikia ninataka kupumzika mahali lakini niliogopa watu huenda wakanifanyia fujo wasikubali nirudi mahali pangu katika foleni iliyojifunga na kipinda kama vipande vya nyororo.

"Muda wa kugawa nafaka umeisha," ilisema sauti ya mhudumu fulani pale ambaye hakuonekana kujali athari ya matamshi yake.

"Aaaah," watu walilalamika. Mbona tume-simama kutwa nzima jamani?" alisema Zingo kwa kelele la juu zaidi.

"Nimesema kesho," alisema huyo mhudumu aliyeitwa Ayiro. Sikuweza kuyaamini masikio yangu. Ingawa watu walianza kuondoka, nilibaki nimeduwaa, nimeshangaa kwenye foleni ambayo wakati huo haikuwa foleni. Ilikuwa imevurugika.

"Umefanya nini?" Mwangangi aliniuliza nilipokuwa ninafanya usiri hapo kwa chifu. Sikuwa na pumzi ya kujibu. Niliwaza nitakavyorudi nyumbani mikono mitupu. Sikuamini. Nilihiari nifie pale kituoni: itakuwa kheri kwa watu wangu kuliko kurudi mikono mitupu.

"Niache niokote haya mahindi yaliyoanguka chini," nilimwambia Mwangangi aliyekuwa akiniangalia asiamini ninasema nini.

"Wewe unatafuta kwenda jela. Ondoka," Mwangangi alisema huku akiweka bunduki yake vizuri. Alinibumburusha kwa vijiti pamoja na mawe kurushwa. Nikaanza kukimbia, kujisalimisha na mambo ya jela. Nilifanya bidii kufuata wenzangu waliokuwa wamenitangulia. Mawazo yalinizonga. Nilijisikia kama mtu ambaye hakutaka kurudi nyumbani katu.

"Muda haukuisha," yule mama Zingo alisema sasa nikimfuata unyounyo.

"Kwa nini?" aliuliza jirani yangu, Mbonde.

"Chakula kimewekewa watu. Nyinyi sumbukeni," Zingo alisema huku akitema chini balaghumu lililoshikana kama gundi.

"Watu wepi?" Jirani yangu aliuliza.

"Wafanyabiashara wameuziwa na wakubwa." Ni msalasi sana Zingo.

"Sasa tutafanyaje?" Jirani aliuliza.

"Mimi sijui. Wewe ni mtu mzima. Tena, shauri yako, wafadhili wa kutoka Geneva wamejiondoa," Zingo alisema na kuanza kwenda kwa haraka zaidi ya Mbonde. Mwili wangu ulikuwa tepetevu. Ungendhani sina mfupa mwilini. Niliwaza nimkope nani. Sikupata jawabu. Niliendelea kujisukuma kuelekea nyumbani. Kila nilipokaribia nyumbani ndipo nilijawa na hofu. Niliomba nikaacha. Sikujua nifanyeje. Niliangalia angani na sikuona ishara ya mawingu. Ningeweza kuona nyumbani kwangu ng'ambo ya pili. Nilikumbuka wanangu. Nilikumbuka siku hiyo ambayo ilisemekana ni siku ya kheri. Kesho yake kwangu ilikuwa mbali. Nilitamauka. Nilitamani kifo. Nilichukia nchi yangu. Nilichukia. Mke wangu alikuwa amenitia chuoni juzi.

"Wewe ni mume jina tu," alisema Sang'ona.

"Kwa nini?" nilimwuliza bila kufanya wasiwasi.

"Hujui kuhangaikia familia yako," alisema akiniangalia kwa kunibeza na kunionyesha vidole vyake.

"Ala, juhudi ya familia ni yetu sote," nilimjibu.

"Mume ndiye kiongozi wa nyumba; babaaa!" Sang'ona alisema akipindua macho yake kama njiwa jike.

"Pole basi," nilimwambia. Kwa mara ya kwanza maishani nikajuta kuwa mwanaume.

"Hata nawe pole kwa kuwa mume jina," alieleza kwa kiburi cha wazi cha kunisonya na kuonyesha hakuniheshimu tena. Machozi yalinilengalenga nilipokumbuka mtagusano huu. Siku hiyo kulikuwa na viazi vichanga. Leo niko mikono mitupu. Nilipiga moyo konde nikaelekea nyumbani kwa mke na wanangu — bila pesa, bila chakula, bila kuwa mume na bila kuwa mtu. Mara tena nililaani maisha yangu. Nilitazamia kuwa kesho yake itakuwa ya kheri kweli kama nitajaaliwa kufika.

Kila nilipokaribia nyumbani ndipo moyo wangu ulipozidi kupiga kwa kasi. Nami nikawa namwomba Maulana akipenda anipige toeli siku moja. Miguu yangu sasa ilikataa katakata kunichukua. Ni kama njaa ilinizidia sasa. Labda hasira. Labda huzuni. Nilitaka kukaa chini kwa safari kunizidia. Lakini sauti ikaniambia,

"Pole, mwenzangu."

Nilipoangalia nikaona ni Mbonde, jirani yangu.

"Kulikoni?" Niliwaza tena.

"Pole," alisema tena kwa uso ulioinamika.

"Sawa. Ni kizunguzungu kidogo. Lakini nitakuwa vizuri."

"Nikusaidie kwenda nyumbani?" Mbonde aliyekuwa amefika nyumbani akarudi kunipokea alisema.

Maswali yalizidi kunivuruga. Tulipokaribia mji wangu nilishikwa na wasiwasi wa ajabu. Niliona zogo la watu pale. Moyo wangu ukatamani kuruka nje ya kidari.

"Nini?" Niliuliza bila kutaka kumwuliza mtu yeyote.

"Teke ametuaga," Mbonde alinieleza.

Hapo ndipo mwili wangu ulipokataa katakata kusogea hatua hata moja. Nikaelewa maana ya Mbode kurudi njiani alikoniacha nikijivuta kama kobe kuja kunipokea. Sasa nilielewa maana yake ya kuniambia pole. Nilidhani alikuwa ananionea imani kwa ajili ya safari. Nilipigwa msumari wa moto nipoelezwa kuwa Teke na Kenya walikula mzoga wa kunguru. Sumu ya kunguru ikawaathiri hadi kufa. Nilipotewa na tamaa ya kuishi na tamaa ya kuwa mwananchi. Picha ya chifu aliyeshiba na gari la Volvo ilinijia hapo uani nilipoanguka na nguvu kuniisha.

Profesa John Habwe ni mhadhiri wa Isimu katika Chuo Kikuu cha Nairobi. Ni mwandishi wa riwaya na hadithi fupi mtajika. Mchango wake katika lugha ya Kiswahili ni mkubwa mno.

Macheo Mengine

Kitula King'ei

ALIKUWA ndiyo mara karejea kutoka katika mafunzo ya katiba mpya. Baada ya kupokewa muruwa na mkewe kwa kopo la uji wa mtama, aliketi na mara akili zake zikarudi nyuma, safari ya miaka mingi kabla macheo ya katiba mpya hii.

Mzee Sikujua aliketi tuli na kutazama upeo wa macho yake. Mpaka sasa, watu wa hirimu yake huambiwa wamebugia chumvi nyingi ingawa, kusema kweli, ni muhali kukubali kwamba kwao, "kuishi kwingi ni kuona mengi". Tofauti katika maana iliyomo katika methali hiyo ilikuwa bayana kama usiku na mchana. Ni dhahiri kuwa watu kama mzee Sikujua walikuwa wameona mengi. Lakini, je, walikuwa wamejifunza mangapi kati ya yale waliyokuwa wameyashuhudia au kuyahisi katika miongo ya miaka waliyoishi? Katika kizazi chao, walilolithamini sana siyo kuona, kusaili, kutafakari, kuhoji wala kukosoa na kuelekeza bali hasa kukubali, kushangilia, kujifunza na kutii basi! Hiyo ndiyo iliyokuwa busara na hekima ya wahenga ambayo wote waliistahi bila kuthubutu kuhoji kipengele chake chochote kiwacho.

Halikuwa jambo la kawaida kwake kuwa nyumbani, au tuseme chumbani mwake wakati kama huu wa jua la utosi. Aghalabu, angekuwa amerauka alfajiri ya majogoo, upanga wake wenye makali kuwili na mkongojo wake mkononi. Tayari angekuwa ameanza, ama kufyeka ua wake au kwenda shambani kuwawinda nungunungu na fuko waliozoea kula miwa, viazi na mihogo. Na sasa angekuwa anacheza bao na wazee wengine madukani au kunywa kahawa au kubwia ugoro.

"Hata hivyo, leo haikuwa siku ya kawaida kamwe," Mzee Sikujua alijiwazia wazo hili akilini mwake huku akiamka kwenda kuvaa suruali yake ya kaptula kwani wakati wote alikuwa amejitanda kabuti lake zito. Alikumbuka siku moja ambayo alitembelewa na mzee wa ukoo wake kuleta risala maalumu. Mkewe Mwakwetu ndiye aliyemkaribisha mgeni. "Tupo… karibu… pita ndani."

"Hata siingii. Naomba uniitie mwenye nyumba kama yumo. Tutakaa chini ya huu msufi wenye kivuli kama mwavuli wake Mungu," Mzee Majaliwa alijibu mkaribisho ya mwenyeji wake.

Wakati akimngoja mwenyeji wake kuja, mwenye nyumba kama alivyomwita mwenyewe, aliwaza juu ya uzembe wa baadhi ya wanaukoo kupotea kwa kufuata elimu ya kizungu. "Nafahamu kuwa yanayopita kichwani mwako sasa si madogo kamwe bali ni mazito kuliko nanga. Lakini, kama ujuavyo, lisilo budi hutendwa. Hapana busara yoyote katika mtu kujaribu kupigana na ukuta na kuishia kujiumiza bure bilashi. Kufanya jambo lisilo la busara kama hilo ni bure, ghali na hatima yake ni maangamizi ya kujitakia. Unajua fika kuwa msiba wa kujitakia hauna maombolezo." Mgeni alimalizia kauli; nasaha yake kwa mwenyeji wake.

Mwenye nyumba naye huku akijiandaa kuja kuona mkoo alikuwa amezama mawazoni pia. Alipokuja tu alisema, "Yote uliyoyasema ni kweli tupu wala hapana awezaye kuyapinga. Hata hivyo, kama ulivyosema, tatizo langu na utata unaonikabili ni mambo makuu wala sioni njia ya kuyatatulia. Kwa upande mmoja, nimekuwa nikiyawaza sana mambo haya tangu uniletee ripoti kutoka kwa baraza la ukoo wetu wa Wajadi kwamba mtoto huyu hana budi kuuawa katika siku ya kumi tangu kuzaliwa." Sikujua aliyatamka maneno haya kwa kauli iliyojaa huzuni kutokana na jitimai iliyoufunika moyo wake.

Majaliwa, bila kuonyesha hisia zozote za huruma wala imani, alimweleza mwenyeji wake kwa macho makavu kuwa, katika taifa lao la Wakae na hasa katika mbari yao ya Wajadi, maoni ya mtu binafsi hayakuwa na uzito wowote dhidi ya busara, hekima na itikadi yao ya mapokezi. Isitoshe, hisia za kinyonge kama vile huruma, masikitiko, imani, woga na hofu, hazikuwa na nafsi yoyote katika maisha ya jamii yao.

Kwa mara ya kwanza tangu wakutane na kuazimia kufanya kikao chao chini ya ule msufi wa ajabu, wazee hao wawili waliweza kuangaliana ana kwa ana. Mwenyeji alimkabili mgeni wake na kumwuliza, "Je, wajua kwa nini babu yangu Mzee Asili alijitia kitanzi? Pengine hufahamu kabisa. Hali yake ilivyokuwa wakati aliamua kuyakaribisha mauti yake si tofauti sana na masaibu haya yanayonikodolea macho kwa sasa. Kwako wewe usiyehusika moja kwa moja, wayaona madogo. Ama kweli mzigo wa mwenzio kwako ni usufi."

Mzee Majaliwa alimaka sana kutokana na kauli ya Mzee Sikujua. Kwa muda alibaki kinywa wazi bila kalima yoyote kumtoka. Baadaye alimudu kuuliza, "Kwa nini unatoa madai kama haya?"

"Nimesema kwamba huwezi kuielewa fedheha ya mwanamume, mtu mzima, kisha mwenye staha na jamala katika jamii anapozomewa na wenzake kadamnasi na kuitwa, "Jana jike". Kisa na maana kwa sababu amejaliwa kupata mabinti pekee. Kama ujuavyo, tokea enzi za babu zetu, mwanamume alitazamiwa kuwa, "Dume Kamili" au, kama wanavyojitutumua siku hizi, "Zipapa Zipapa." Fahari ya kuwa mwanamume ni mtu kupata angalau mtoto mmoja tu wa kiume. Lakini, kama unavyotambua, babu yangu, Mzee Asili, alilazimika kuoa mara kumi na mbili lakini wakeze wote hao walimzalia tu majana jike, mmoja ndiye huyo mkeo," Sikujua akajibu.

Baada ya muda mrefu kupita, Mzee Majaliwa, alipasua ule ukimya. "Bahati ya mtu ni kama riziki kwani zote huja bila habari wala taarifa. Unionavyo hapa mimi, babu yangu Mzee Komeni alioa mara moja tu lakini nyanya yangu alimzalia mijidume tisa mfululizo. Kijiji kizima kilimvulia kofia kwa uhodari wake huo. Watu wote walimwonea fahari kwelikweli. Unaona bwana… haya ndiyo majaliwa. Fungu la kupata ni la kupata na lile la kukosa ni la kukosa," alijinaki.

Wazungumzaji walisita kidogo alipoingia Mwanakwetu kuwaandalia kinywaji cha uji mtamu wa mtama na wimbi uliokolezwa maziwa yaliyochacha. Baada ya kila mmoja kupokezwa kifuu chake,

Mwakwetu aliondoka na hapo mazungumzo yakarejelewa huku wakiendelea kupoza na kupiga mafunda ya uji.

"Babu Asili aliishi maisha ya wasiwasi kwani kila siku alilazimika kuwakabili mahasidi wake na wote waliotaka kumfedhehesha. Kwenye vikao vya wazee ulevini, mikutano ya mabaraza ya viongozi na hata sokoni, walizoea kumzoma na kumtia izara kwa kumwita majina ya kupanga kama vile, 'Jana Jike, Dume Jike, au Kiporo Kiatu cha Kutokea'. Ukatili huu wa kumwaibisha babu ulimla kichwa na kumkata maini kila uchao na hatimaye alikinai na kuamua kujiondoa ulimwenguni," Sikujua alimweleza mzee wa ukoo.

"Kwa mtu yeyote kufikiria kujiua ni kilele cha kukata tamaa na hata woga wa kuyakabili matatizo na kujaribu kuyashinda," Mjaliwa alikata kauli. "Huu ni utamaduni bwana !"

"Ni kweli kwamba, mzigo wa mwenzako kwako huenda ukawa usufi na haifai kabisa kujaribu kusafiria bahati ya mwenzako. Hata hivyo, baada ya kuyatafakari yote haya, sasa nimemwelewa fika babu na hata hisia zilizompelekea kufanya hayo ingawa sisemi namuunga mkono," Sikujua alisema kana kwamba anajisemea.

Mzee wa ukoo alipokuwa anaaga siku hiyo kwa kiburi na mori alimwambia Sikujua; "Mwepuke shetani wa unyonge. Tumesema mengi na sasa umefika wakati wangu wa kuondoka. Risala iliyonileta hapa ni kukukumbusha uamzi wa wazee kuwa huna budi kutekeleza mila na desturi zetu kumhusu mwanao aliyezaliwa juzi."

"Usipoteze muda wako bure. Mimi si mgeni katika jamii yetu ya Wajadi na nazifahamu mila na miiko yetu yote ya mapokezi."

Mazungumzo hayo yalimwacha mzee na utu uzima wake kwenye uwele wa mawazo na moyo. "Naelewa kwamba lazima auawe kabla ya siku ya kumi tangu kuzaliwa kwake. Kuhusu mahali, wakati na mbinu ya kumwulia mwanangu sijafanya uamuzi wa mwisho. Kama ujuavyo, sio rahisi kamwe kwangu kufanya uamuzi huu japo natambua sina njia ya kuikwepa mila hii yetu ya jadi. Kwa sasa najiona kutapatapa kama mfa maji."

Siku hiyo, Majaliwa alicheka kicheko cha kishetani; alicheka kicheko kifupi na cha kuudhi kisha akamalizia, "Ndugu yangu, huyu si mtoto bali jini ambalo halina budi kuangamizwa. Pengine hili ndilo jini linalokufungia tumbo la uzazi la mkeo Mwakwetu na likiondoka tu, huenda ikaja heri kwenu."

Sikujua alikumbuka dhahiri jinsi matukio ya sasa yalivyoanza pale alipomwoa mkewe, Bi. Mwakwetu yapata zaidi ya miaka ishirini hivi. Yeye alikuwa na azma moja tu iliyoongoza maisha yake, kujipatia watoto wengi wa kiume iwezekanavyo na mabinti ili kujiondolea kashfa iliyompata babuye, Mzee Asili. Babake mzazi, Bwana Mtima, alijulikana sana kote kijijini mwao kwa sifa yake ya ukali na ugumu wa moyo. Ingawa hakutawaliwa na hofu ya kuzaa mabinti pekee kama babake Asili au mwanawe Sikujua, yeye alitamani sana kuwa na wake wengi; haidhuru iwapo hakuweza kuwakimu ilivyopasa. Kutokana na kiwango cha juu cha maisha ya uchochole na dhiki, jamii yake ilikuja kujulikana kama "Wanamararu" huku Mzee Mtima akiitwa "Baba Mararu."

Kila mkewe Mwakwetu alipotunga mimba na kujifungua, mumewe, Sikujua alipandwa na kushukwa na moyo kwa matarajio yake makuu. Kila bintiye aliyezaliwa, Sikujua alizoea kuwaambia marika zake na wazee kuwa, "Nipeni muda kwani sasa ndio kwanza mkoko unaalika maua. Wanitakiao maovu nitakuja wafedhehesha hivi punde". Hata hivyo, hakujaliwa wala hakudiriki kuwafedhehesha mahasidi wake waliomwita "Jana Jike". Mara nane mkewe alipata uja uzito na kujifungua salama u salimini lakini, kila mara alijaliwa tu kujipatia mtoto wa kike. Masikitiko ya Mzee Sikujua yalifikia kilele ambapo mkewe, Mwakwetu, alijifungua mtoto wao wa tisa na kama ajali inavyotokea bila matarajio, arifa wala huruma, akatokea kuwa mtoto wa kiume. Hata hivyo, furaha na mbwembwe zake Mzee Sikujua, zilizamishwa pale alipofahamishwa mwanawe huyo alikuwa amelemaa katika miguu yake yote miwili. Fahari, imani na matumaini ya mzee huyu wa miaka sabini na mitatu, yaliyeyuka kama barafu juani.

"Amesema nini mgeni?" Mwakwetu alimwuliza mumewe ghafla alipoingia ndani ya nyumba.

''Nichague mahali na jinsi ya kumuua huyo mwanao." Mwakwetu aliangua kilio na kuchuruzikwa na michiririzi ya machozi bila kipimo. "Nilijua tu. Maskini mwanangu auliwe ili... Utamaduni... Kwenu nyinyi wanaume, utamaduni ni muhimu kuliko maisha ya kiumbe wa Mungu, malaika wa Mungu! Mara Sikujua aliitwaa ala yake yenye makali kuwili na kutoka tena. Tangu hapo, Mwakwetu alianza kuhofia maisha ya mwanawe ambaye kimoyomoyo alimpa jina, Tunu. Alihisi kwamba mumewe angeweza kumtoa auawe wakati wowote. Mwakwetu alikuwa ameapa kimoyomoyo kuwa angemwokoa mwanaye na janga hilo na maonevu dhidi ya maisha ya mwanadamu kwa vyovyote. Hata hivyo hakujua vipi wakati huo maana katiba mpya ilikuwa haijawadia.

Wakati huo, shida iliyomkabili ni kuwa hakujua afanye nini ili kumwepusha mtoto wake. "Je, nimkabidhi mama wa nchi jirani amlee kwa siri? Hilo ni muhali kwani hatimaye itabidi arudi humu nchini." Aliwaza huku akitafakari ngano za Kiyahudi zilizomhusu Musa. Hizo zilikuwa siku za macheo mengine.

Na tazama leo, majira mengine haya. Kabla jogoo la tatu leo ndipo waraukie kwenye kongamano la katiba, Sikujua alikumbuka kwa uso unaotabasamu namna mkewe alivyomwamsha.

''Leo kuna semina ya mafunzo kuhusu sheria mpya zinazotayarishwa kwa ajili ya taifa letu,'' Mwakwetu alimkumbusha mumewe. Walipofika kwenye ukumbi wa mikutano katika kambi ya Mkuu wa Wilaya, mwendo wa nusu saa kutoka kijijini mwao, Mwakwetu alistaajabu kuona tayari ukumbi ulikuwa umejaa pomoni ingawa muda wa kuanza kwa mafunzo ulikuwa haujatimia. Wakufunzi walipofika, waliisalimu hadhira na kujitambulisha kwa majina na vyeo pamoja na kutoa ufafanuzi wa mada za mjadala wa siku hiyo. Mwakwetu aliketi karibu na jukwaa waliposimama wakufunzi na hapo alipotupa jicho nyuma yake alizidi kushangaa kuona takriban wote waliohudhuria walikuwa wanawake wenye umri kama wake. Wazee wa kiume walikuwa wachache mno na uliweza kuwahesabu kwenye vidole vya mkono.

"Leo tunaendelea na ufafanuzi wa sheria inayohusu haki za Kimsingi. Sasa tuko katika kifungu 26 (1-4)." Ukumbi mzima ulitulizana zii! Ungeweza kusikia sauti ya sindano ikidondoka na kuanguka. ''Nitaanza kwa msitari huo wa 4 na kupanda hadi ule wa 1. Ni muhimu sana kuelewa maana ya kifungu hiki kwa sababu kimezua mtafaruku mkubwa miongoni mwa wanajamii. Kwa muhtasari ni kwamba ni kinyume cha sheria kuavya au kuharibu mimba isipokuwa kwa idhini ya daktari au tabibu ambaye anaweza kutekeleza jambo hilo kama hatua ya dharura ya kuyaokoa maisha ya mwanamke mjamzito kwa mujibu wa sheria. Vifungu nambari 3 na 2 vinasisitiza kwamba mtu yeyote hawezi kunyimwa haki ya kuishi ambayo huanzia pale mtoto anapokuwa tumboni mwa mamaye. Ni uwezo wa sheria tu unaoweza kumnyima mtu mhalifu haki ya kuishi. Isitoshe, kifungu cha namba 1 kinatilia mkazo kuwa kila mtu ana haki ya kuishi."

Mwakwetu, alifyatuka juu kama umeme. "Ninalo swali." Hadhira nzima ilielekeza macho yao alikokuwa mwulizaji kwenye sehemu ya mbele ya jukwaa. Sura zao za mshangao zilidhihirisha hali yao ya taharuki kwani hawakujua kichocheo wala matokeo ya swali hilo.

Bila kupesa ukope, Mwakwetu alijikakamua na kuuliza, "Iwapo ni kweli sheria yetu hii hairuhusu mtu yeyote kunyimwa haki ya kuishi, ni kwa nini basi Baraza la Wazee limekuwa likitekeleza mauaji ya watoto wanaozaliwa wakiwa na ulemavu wa aina yoyote ama mapacha?" Baadhi walishangilia swali hilo kwa nderemo na vifijo huku baadhi wakiguna kama ishara ya kutoliunga mkono.

Wakufunzi walitazamana kwa haraka na kusemezana kwa sauti za minong'ono kisha mmoja wao alianza kujibu, "Asante kwa swali lako mama. Kwa kweli ni kinyume cha sheria za taifa tangu zamani kwa mtu yeyote kuchukua uhai wa mtu mwengine licha ya cheo, umri, dini, jinsia au maumbile ya mhasiriwa."

"Sasa yeyote mwenye kudhulumiwa kuambatana na kipengele hiki cha sheria yetu kuu anapaswa kufanya nini?" Mwakwetu aliwatupia wakufunzi

swali lingine. Mara Mkufunzi wa pili alijitolea kutoa
jawabu. Alisafisha koo lake na kukaribia kipaaza
sauti. "Katika karne na enzi mpya tuliyonayo,
hatuwezi kuendelea kuishi kama wahenga wetu
walivyoishi. Baadhi ya mila na desturi za kale hazina
nafasi katika jamii yetu ya leo. Watu kama Majaliwa
na ukoo wake wanapaswa kuripotiwa mara moja
kwenye ofisi yoyote ya serikali au mashirika ya kutetea
haki za kijamii," Mkufunzi alisema.

Hadhira yote ilipiga makofi na kutoa kemi za
furaha. Sikujua alishangilia hata na chozi akalitoa.
Mwakwetu alikuwa wa kwanza kutoka mle
ukumbini. Nyuma alifuatana na Sikujua mumewe.
"Lazima tutafute msaada wa sheria. Kila kiumbe
licha ya maumbile yake, ni muhimu na ana haki sawa
na wenzake katika jamii," Mwakwetu alisema huku
ametazama mbele.

"Ni macheo mengine mapya," Sikujua akajibu.
Walishikana mikono kuendelea na safari.

Prof. Kitula King'ei ni jungu kuu. Ni mhadhiri mwenye tajriba
kubwa na mwandishi wa vitabu. Mbali na tamthilia na hadithi
fupi, King'ei ni mchunguzi na mchanganuzi wa Fasihi Simulizi
ambako pia ameandika makala na vitabu. Yeye ni mhadhiri Mkuu
katika Chuo Kikuu cha Kenyatta.

Daktari Strese

Sheila Ali Ryanga

Strese alizaliwa na wazazi waliojiweza siku hizo ambapo elimu ilikuwa haba kwa Waafrika wengi. Hii ilikuwa mwishoni mwa miaka ya hamsini. Hiki kilikuwa kipindi cha machweo ya utawala wa wakoloni. Baba yake Strese, Mzee Shama, alikuwa mhudumu wa sipitali ya wilaya, katika kiwango cha

Deresa. Siku hizo kufanya kazi ya kuajiriwa kama hivi ilikuwa fahari kubwa. Hivyo, jamii hii iliheshimika. Ambapo familia nyingi hazikushughulikia mambo ya shule, Mzee Shama na Bi Fidia, waliwahimiza watoto wao kutia juhudi masomoni.

Licha ya haya, kule kufanya kazi sipitali kuliwatangamanisha watoto hawa na Wazungu Wamishenari waliokuwa wakifanya kazi mle sipitali. Mzee Shama, alikuwa mweledi kazini kwake na mtiifu, sifa zilizompendekeza kwa waajiri wake wamishenari. Mara kwa mara babake Strese alipewa zawadi za peremende na keki kupelekea jamii yake. Si hivyo tu, bali pia walipewa nguo kuu kuu za kuvaa, na wakaonekana nadhifu. Unadhifu huu uliendelezwa na kuwa baba yake alisisitiza usafi kutokana na mafunzo aliyoyapata kazini kwake, kule sipitali. Haya ndiyo mazingira alimozaliwa Strese, aliyekuwa daktari mkuu wa sipitali ya wilaya yao.

Daktari Strese alikuwa na nduguze watatu, yeye mwenyewe akiwa wa pili katika kizazi cha Mzee Shama na mkewe Bi Fidia. Kifungua mimba alikuwa mtoto wa kike aliyeitwa Hamnazo. Mtoto wa tatu alikuwa wa kiume na jina lake lilikuwa Msoutu. Kitindamimba wao alikuwa msichana aliyeitwa Faidia. Baba yao alihakikisha kuwa wote hawa wamepata elimu ya kuwawezesha kuyakimu maisha yao ya baadaye. Nyumbani mwao pia, mama yao Bi Fidia, alijizatiti kuwafunza adabu kutokana na yale aliyojifunza katika vikao vya maendeleo ya wanawake, vilivyoongozwa na wake za wamishenari madaktari. Aliwahimizia umuhimu wa kujenga udugu wao na kujuana kwa kila hali.

Katika mazingira haya ya nyumbani mwao, Strese na nduguze hawakushuhudia maisha magumu ya ukosefu wa chakula, wala kuvaa nguo za viraka. Walikuwa katika tabaka tofauti na wenzao katika kijiji. Ingawaje, kila walipojaribu kujivunia utofauti wao, wazazi wao waliwakanya, na kuwakumbusha kuwa baraka za Mungu hazijivuniwi. Leo zinawashukia wao na kesho itakuwa wengine. Waliwafunza pia kuwa mtu hujivunia alichonacho wala hajivunii cha mwenzake, hata kama ni wazazi wake. Hayo ndiyo maadili waliyofunzwa na wazazi, lakini watu husema, "Akili ni nywele, kila mtu ana zake!" Chambilecho kumbukumbu za Biblia, "Mwenye sikio asikie…"

Ingawa Strese alikuwa mtoto wa pili nyumbani mwao, kwa wanaume ndiye aliyetangulia; wa kwanza na wanne wakiwa mabinti, Strese alionekana kuwa mwadilifu. Alijitenga na hali zote ambazo zingempa shinikizo na adhabu. Aliona aibu kuadhibiwa. Alipenda kujiweka kiwango chake mwenyewe, kimasomo na kijamii. Ilipohitajika, alijifanya kuwa mpatanishi baina ya ndugu zake waliozozana. Kwa sababu ya kuepuka mizozo, na kujivika vazi la upatanishi, alipatwa na kiburi kiasi. Alianza kuamini kuwa, yeye alikuwa hodari kuwaliko nduguze. Pengine wazo lake hili lilikuwa la kweli.

Miongoni mwa ndugu zake wote, hakuna aliyekuwa bora kimasomo ama mmakinifu katika kutimiza anayoagizwa kufanya pale nyumbani kumshinda. Shuleni ni yeye pekee ndiye aliyewahi kushika nambari ya kwanza kutoka darasa la nne hadi kumaliza darasa la nane, alipopata gredi ya juu iliyompeleka shule ya wavulana ya kitaifa iliyotamanika na kila mwanafunzi wa siku hizo. Juhudi zake shuleni zilitokana na kutaka kujitambulisha kuwa mwanafunzi bora zaidi pale shule. Alifurahia kimya kimya pia ripoti zao ziliposomwa na wazazi na yake kuonekana bora zaidi. Maendeleo ya wenzake yalipotathaminiwa dhidi ya mafanikio yake alifurahia, lakini nduguze hawakumuonea fahari kwa hilo. Walimuona kama kipenzi, aliyepembejwa zaidi yao na wazazi.

Pengine kwa sababu ya ushindani uliotoka kwa Strese, kaka mdogo Msoutu alichagua kukatiza masomo yake baada ya darasa la nane. Hoja hapa si kwamba alikuwa hakufaulu, bali aliungama kuwa kisomo kilimpatia shida na akakata shauri kutoendelea na masomo ya sekondari. Wazazi walimshauri na kumtia moyo wa kujiunga na shule ya sekondari alikokuwa ameitwa. Jibu lake lilikuwa, "Baba na mama, nashukuru kwa kunihimiza kujiunga na sekondari, lakini akilini mwangu sijisikii kuwa nitaweza kuyamudu masomo hayo," alijibu Msoutu.

"Lakini umefaulu vyema, kwa nini kujihini nafasi kama hii. Sisi tumejitolea kukulipia karo," waliendelea katika imani ya wazazi kwamba angeweza kubadili nia yake.

"Itakuwa kutupa pesa bure, la kweli ni kwamba sijisikii wala sina hamu tena ya kusoma." Haku-onyesha kubadili nia yake. Wazazi waliambulia kusononeka tu. Walitambua ukweli aliosema kijana wao kwamba wangepoteza pesa bure. Kuna uwazi mwingine kama huo? Shingo upande walikubali. Waweza kumpeleka ng'ombe mtoni, lakini huwezi kumlazimisha kunywa maji.

Baada ya kukataa ushauri wa wazazi wake, Msoutu aliajiriwa kama karani wa Mzungu mmoja aliyekuwa na kampuni ya usafirishaji mizigo pale mjini Mombasa. Wakati wa yule Mzungu kurudi kwao ulifika. Bwana huyu alipostaafu, na kutaka kurejea kwao, alimtaka Msoutu aandamane naye ili akamsaidie katika kampuni yake huko Marekani, iliyohusisha usafirishaji wa mizigo. Alikubali mbiombio bila hata kutafuta ushauri wa wazazi wake. Alipofika nyumbani kuwaelezea habari zile wazazi, familia ilishangaa jinsi kijana huyu alivyokubali kutengana na jamii yake bila hata kusita. "Ni nani aliyekwenda Marekani na kurudi isipokuwa Wamarekani wenyewe waliotoka huko?" Mzee Shama alisaili bila kupata jibu.

Kando na mshangao na wasiwasi wa jamii yake, Msoutu alisafiri hatimaye na yule mwajiri wake wa Kimarekani.

Dada zake Strese nao waliolewa mmoja baada ya mwingine, lakini maisha katika ndoa zao hayakuwa ya mafanikio sana. Hamnazo alikuwa amekamilisha masomo yake kufikia kidato cha pili, lakini akadinda kuendelea. Ingawaje, aliwasikiliza wazazi na kujiunga na Chuo cha Walimu cha Shanzu. Alifanikiwa kukamilisha masomo yake, na akafuzu katika daraja la P1, cheo kilichokuwa cha kuheshimika miaka hiyo ya sabini. Muda si muda, Hamnazo aliolewa na mwalimu mkuu wa shule ya upili. Familia na jamii walisherehekea, lakini ndoa yao haikumaliza hata miaka miwili.

Hamnazo alikuwa amezoea ukarimu wa babake, mapochopocho ya kadiri, na ufahamu kwamba mume kazi yake ilikuwa kumkimu mkewe kama alivyomuona babake akifanya. Kwa sononeko, aliona kuwa malezi ya mumewe yalikuwa tofauti, alibana mno peni lake. Kwa sababu Faidia alikuwa mwalimu wa shule ya msingi, mumewe naye, hakutarajia kwamba hela yake pekee ndiyo ambayo ingewatekelezea mahitaji yao wote wawili. Hakutarajia kwamba mshahara wa mkewe hakuwa nao mamlaka na kwamba ungemfaidi mkewe binafsi kama mwenyewe alivyotarajia. Mtafaruku huu uli-ongezeka kuwafuata na hatimaye kuwatenganisha. Hamnazo alirudi kwao na watoto wawili wadogo.

Faidia kwa upande wake, hata hakuona maana ya kumaliza masomo ya kidato cha pili sekondari ingawa alikuwa mwerevu darasani. Kwa urembo wake alipopita vichwa vya wavulana wa kila aina na kiwango vilimwinukia na macho kumfuata.

Alianza kuhepa shule na baada ya muda katika
matembezi yake, alirudi nyumbani akiwa amebeba
mimba. Baada ya kusailiwa kuhusu mimba, alikiri
alitungwa na dereva wa matatu! Ah! Balaa gani kwa
Mzee Shama aliyejivunia kuwafunza wanawe
ustaarabu, kuwapa elimu na kuwalea bila shida
zinazowakumba watoto wengi mitaani?

Basi, Faidia akabaki pale nyumbani. Urembo
wake haukumweka pamoja, ila bahati yake haikuwa
kupata mtu wa kumweka kinyumba. Kule kutamba
aliendelea nako akaleta chukizi kwa wazazi wake.
Mwana asiyesikia hana dawa; alicholeta nyumbani
walikuwa watoto wa baba tofauti, jambo
lililothibitishwa na rangi zao tofauti. Watoto wengine
walikuwa wekundu na nywele za singa, wengine
Waafrika asili, na wengine wenye macho ya Kichina.
Moyo wa wazazi wao ulianza kuvunjika walipoona
kuwa juhudi zao ziliambulia patupu kuhusu tabia
za binti zao.

Strese ndiye aliyebaki akiendelea na masomo.
Kama kijana wa kwanza katika familia ile,
hakufurahishwa na yote yaliyoendelea katika maisha
ya dada zake. Hamnazo alikuwa mkubwa wake na
kimila na kitamaduni hangeweza kumkashifu. Hivyo
alibaki kuungulika moyoni mwake tu. "Si wanawake
wala wanaume, hawa ndugu zangu wamepagawa!"
Alikuwa akijiambia kimya kimya.

Wakati dada zake wakiwa wamepata watoto na
kuwalea pale nyumbani, Strese alikuwa amemaliza

shule ya upili na hata kuingia chuo kikuu alikosomea kazi ya udaktari. Ah! Angalau upande mmoja unapozama mwingine unainuka. Strese ndiye aliyeokoa dau la baba yake na kujaribu kulizuia kuzama. Huyu ndiye aliyekuwa tumaini la wazazi.

Strese alipoanza kazi tu, ilimbidi achukue majukumu ya babake pale nyumbani. Aliazimia kutotafuta nyumba yake binafsi katika eneo lililokuwa karibu na sipitali, bali abaki pale kwao ili asaidie. Baba yake alifurahia hili na kutiwa moyo na busara ya mwanawe. Hata hivyo, Mzee Shama alikuwa amestaafu miaka michache iliyopita. Kwa kipindi hicho, tegemeo lake na familia yake lilikuwa mazao ya shambani. Lakini miaka ilikuwa mingi katika umri wake na mkewe, na nguvu zao sasa hazikuwaruhusu kulima sana. Kitu kingine kilichomkera Strese, ni jinsi ambavyo kaka yake Msoutu alivyokuwa amepotelea Marekani pasi ya fikira za wazazi wao, kana kwamba ametupa jongoo na myaa wake.

Mawazo yalipita akilini mwake Shama akitaka kujua, ni wapi alipomkosea Mungu katika ulezi wa wanawe. Miezi michache baada ya Daktari Strese kuanza kazi, Mzee Shama alikufa kwa majonzi kando na kisingizio cha magonjwa ya joto la damu na sukari. Matanga yaliandaliwa na eneo lote lilikutana pale nyumbani pao. Kilio kilichokuwa pale ingewezekana kingalimrudishia uhai Mzee Shama kipenzi cha watu. Husemekana kuwa wapendanao hufuatana.

Haikupita miezi sita, tangu kumzika Mzee Shama, mamake Strese naye alimfuata mumewe. Hakuwa mgonjwa. Siku moja baada ya chakula cha jioni watu walipokwenda kulala kama kawaida, siku iliyofuata hakuamka.

"Alilala kwa amani," watu walisema. Kizazi hiki kilipomalizika, kizazi kipya kilibakia, kikiongozwa na Daktari Strese aliyeachiwa mji, dada zake na watoto wao. "Mbona uzee umenipata nikiwa bado mdogo najifunza maisha?" Alijisaili Daktari Strese.

Wakati wa mazishi watoto wote walikuwepo. Hata Msoutu alipopelekewa habari za tanzia, alirudi kutoka Marekani, kumzika babaye. Baada ya mazishi Daktari Strese alialika familia nzima kufanya kikao pale nyumbani. Kwamba yeye ni mpenda masomo na maendeleo, alimpendekezea dada yake Faidia kurudi shuleni. Mamlaka yake hayakufua dafu hapa. Msichana alikataa na lawama zikamwangukia Daktari.

"Kaka, kwa nini wanilazimisha kurudi shuleni ambapo baba yangu aliniachilia?" Alibisha Faidia pasi na soni.

"Bado wewe mdogo na ukiweza kupata hati ya kumaliza angalau kidato cha nne, hata kama hukufaulu vizuri, tunaweza kukutafutia kazi ya stara dada," alijibu kwa nia safi.

"Kwani lazima ajira, hivi nilivyo naweza kufanya biashara nikajikimu. Usinilazimishe, baba hakuni-lazimisha eti!" Kauli ya Faidia ilikamilika na kuashiria kwamba mjadala uliokuwepo kati yake na kakake umefikia kikomo. Huu ulikuwa mshangao wa awali aliokumbana nao Daktari Strese kama kiongozi wa familia ya Mzee Shama.

Baadaye Faidia alirudiana na mvulana wake — yule dereva wa matatu na matokeo yakawa mtoto mwingine zaidi kuletwa pale nyumbani. Matumaini yake pengine yangekuwa kwa dadaye mkubwa, lakini Hamnazo kwa upande wake naye, alianza kutoridhika na kazi yake ya ualimu wa shule ya msingi. Bila kutafuta ushauri wowote, Hamnazo aliacha kufundisha na kutumia hela zake alizokuwa amepata kama marupurupu katika kuzindua biashara. Hamnazo hakuwa na kipawa hicho, kwa hivyo alienda hasara upande huo.

Miaka mitatu baada ya kifo cha wazazi wake, Daktari Strese alijikuta akilea watoto watano, kuwakimu kwa karo na mahitaji yao yote. Yeye mwenyewe alikuwa na umri wa miaka 35 na alikuwa hajafikiria kuanzisha familia yake mwenyewe. Mawazo yake yote yalikuwa kuwakimu dada zake na wapwaze. Kila wakati rafiki zake walipomsaili kazini kuhusu ndoa, aliwajibu kuwa, hakutamani kuanzisha familia nyingine kwa ambavyo watoto tayari alikuwa nao. Kazini kwake kulikuwa na wahudumu wa kike ambao walikuwa rafiki zake. Lakini, urafiki huu kila wakati aliuwekea mipaka. Msichana aliyemkaribia na kuthubutu kuzusha mazungumzo ya ndoa, alitoa visababu na kusihi wageuze mada. Baadhi ya wasichana hao walimwacha na kuolewa na wavulana wengine. Wasichana wengine walimwacha walipogundua kujitolea kwake muhanga kwa dada na wapwa zake.

Miaka ilipita na watoto walikua na kuendelea na shule. Watoto wote wa Hamnazo na Faidia waliweza kuingia shule za upili na kufuzu vyema na kupata kazi za maana mjini. Mjomba wao alifurahi na kujivunia kila mmoja wao. Eti, hayo yalikuwa matunda ya juhudi zake. Miaka iliendelea na kadri watoto walivyoimarika kazini mwao, ndivyo mama zao walivyoonelea bora kuhama pale nyumbani na kwenda kuishi na watoto wao huko mjini waliko.

Daktari Strese ambaye sasa alikuwa amevuta maji, alianza kuingia wasiwasi alipofahamu nia ya dada zake. Alijaribu kuwasihi Hamnazo na Faidia wabaki pale nyumbani pamoja naye, kwa sababu wakiondoka angebaki pweke. Kusihi huku kuliambulia patupu.

"Kwani sisi tulikukataza kuoa na kupata watoto wako?" Hamnazo, aliteuka maneno haya bila hisia wala soni, kwamba kaka yao alijitolea kuwatunzia watoto, na hiyo kuwa sababu ya kumfanya asioe! Maneno haya yalimkata ini Daktari Strese. Hata hivyo, yanapomwagika hayazoleki.

Licha ya hivyo, watoto wenyewe, walihimiza mama zao wahame pale nyumbani ikiwa walitarajia kutunzwa nao. Daktari Strese, ambaye hakuwa kijana tena alisaili,

"Mkiondoka nyote hapa nitakaa na nani? Kwani mumekosa nini hapa ambacho kinawaondoa. Makinda hayo siye mimi niliyeyalelea?"

"Ni kweli kaka twashukuru lakini hilo lilikuwa jukumu lako. Wewe ndiwe uliyevaa kofia ya baba. Sasa una nafasi ya kuoa upate wa kukutunza kwa sababu makinda yaliyokuzuia yamemea mbawa yakapaa," Faidia alisema.

"Miaka yangu yote kujitolea zawadi ndiyo hii kutoka kwa dada zangu?" Aliungulika daktari moyoni akijua hakuna haja ya kuyatamka kwa nduguze. Lo! Alifikiria mambo ya ndoa, umri nao haukumngoja alipokuwa akiwarusha rusha vidosho waliomwandama kutafuta nadhiri hii. Alianza kupunguza masaa ya kuwa pale nyumbani pake.

Kwanza, kwa sababu alikuwa daktari mkubwa pale sipitali, alijipatia zamu nyingi kuliko wengine, wala asifiche sababu ya kufanya hivyo. Rafikize waliokuwa na familia zao walimhimiza atafute mwanamke yeyote hata kama alikuwa na watoto wake tayari, waoane ili apate makaribisho anapofika nyumbani, na pia kuleta uchangamfu humo.

"Nitatumiwa na kuliwa mpaka lini?" Daktari Strese alijiuliza baada ya kuirejelea akilini mwake picha yote ya maisha yake. Uchungu uliomkata ini ulimtetemesha. Alikata shauri kuwa mseja, kwani sasa alikuwa takriban miaka hamsini, akibakisha miaka mitano tu kustaafu katika ile kazi ya serikali kule sipitali.

Tatizo lake Strese halikuwa kutoweza kujikimu baada ya kustaafu, kwani fedha alikuwa anazo benki. Kulikuwa na ushawishi kutoka kwa baadhi ya rafikize kwenda vilabuni kujiburudisha na kujistarehesha ili asahau shida zake. Rafiki zake wengi, pia wakiwa madaktari katika sipitali alimofanyia kazi, walimhakikishia kuwa walikuwepo akina mama ambao umri haukua kitu, ikiwa pesa zilikuwepo.

Kwa muda alitafakari jambo hili la kujivinjari vilabuni jambo ambalo halikuwa mazoea yake abadan. Aliliona jambo bora kwa ambavyo dada zake walimsahau wala hawakukumbuka kumtembelea kama walivyoahidi. Basi pole pole alizuru vilabu vya pombe na wenzake na baada ya muda hamu ilimkalia. Ukarimu wake ukaendelea kuwafaidi rafikize kwenye vibabu hivyo. Hao ndio waliokuwa jamii yake sasa na hakuwakunjia mkono. Maisha yaliendelea na muda si muda, athari ya unywaji wa pombe ilionekana kazini. Daktari Strese hakuonekana tena kuwajali wateja wake na maana ya maisha kwake ikapotea.

Alianza kufika kazini kuchelewa, na kuonyesha kuwa hakulala nyumbani kwake. Alipoulizwa alijibu kuwa, hawakuwa na haki ya kuingilia maisha yake ya kibnafsi. Hali yake ya afya ilizorota. Lakini kila mtu na nyota yake. Wakati huo huo, miongoni mwa wanawake waliofanya urafiki naye vilabuni, kuna mmoja aliyekubali kuishi naye kama kewe. Eti,

Mungu kweli si Athumani! Daktari Strese kwa hakika hakujua sababu ya mwanamke huyu kutaka kufanya hivyo, lakini alikubali na baada ya majuma machache, pale pake pakawa mji tena uliokuwa mke na mume. Daktari Strese aliweza kumsikiza mkewe na kurekebisha maisha yake. Alipunguza ulevi na kurudia juhudi kazini kwake. Alipata habari tu kwamba nduguze na wanao walihamia miji mingine ya mbali kutoka kule walikoishi, na hawangeweza kumtembelea wakati huo. La ziada ni kwamba hawakusema majina ya miji waliyohamia. Ikambidi Daktari Strese atosheke na familia yake mpya, yeye na mkewe.

Donda ndugu hili lilitulia kwa miaka mitatu. Mwaka wa nne mwishoni, alipata barua ya kumkumbusha kuwa anakaribia kustaafu ili ajitayarishe wakati uwadiapo. Arifa hii haikumshangaza sana. Alitarajia hili na kushukuru Mungu kwamba hakufutwa kazi wakati maisha yake yalipozorota kazini. Alikuwa ana mkewe aliyemtunza vyema na alikuwa pia ameanza kuwasamehe ndugu zake. Watu kazini walianza kuthamini utabibu wake tena baada ya kipindi cha kuzorota kwake kimaisha.

Siku moja aliporudi kutoka kazini, aliwakuta dada zake na wapwa pale nyumbani. "Ah, karibuni! Mu hali gani?" Hakusema mengi, alipokezwa na Hamnazo.

"Ulitualika tuje tushuhudie ndoa yako. Leo tumewahi sote na tunashukuru waendelea vyema kaka yetu na kwamba bado upo tu nyumbani pa wazazi wetu." Hisia katika sauti yake hazikubainika.

Strese alipumua kiasi. Faidia alichukua zamu, "Tumekuona huna neno. Sisi tumekuja kukwambia pia kwamba tunataka urathi wa wazazi wetu nasi. Umeishi hapa na kutumia rasilimali ya wazazi peke yako bila kutufikiria na kutugawia mazao ya shambani. Leo tumekuja kudai sehemu yetu. Huyu bwana usiyemjua ni wakili. Tumemleta aje atusaidie."

Mkewe Daktari Strese hakujua afanyeje, alitiririkwa na machozi tu huku akizunguka hapa na pale mithili ya kuku aliyechukuliwa kifaranga chake na mwewe. Majirani walianza kuwakashifu dada zake na kuwauliza walikokuwa miaka hii yote daktari alipokuwa akiwasihi waje, ambapo hawakumjali afya yake ilipozorota. Wakili naye aliwakumbusha waliokuwepo kuwa yote watakayo-sema yanaweza kutumiwa kortini kama ushahidi hivyo watahadhari.

Akili ya Daktari Strese ilidhoofika siku baada ya nyingine na akaanza kuzungumzia machungu yake kila alipoweza kutamka maneno waziwazi. Alipoweza kuzungumza kwa akili timamu, alimwusia mkewe kuhusu mali yake mbele ya wakili wake. Kwanza ile nyumba walimoishi, pindi atakapokuwa hajiwezi, itapewa dada zake, ambao wataarifiwa tu wakati huo atakapoihama. Pili, akiba yake aliigawa sawa, nusu kwa matumizi yake mwenyewe, na nusu ya pili akampa mkewe, kwa shukurani aliyokuwa nayo moyoni jinsi alivyomtoa katika maisha yasiyo na mwelekeo, na hivi karibuni kumtunza baada ya vurugu na ndugu zake. Baada ya kufanya hivyo, aliomba kustaafu kabla ya mwaka wake wa mwisho kuisha. Alifanya haya yote katika hali ya jitimai. Vurugu za akili ziliendelea, dakika moja akiwa anajijua na dakika nyingine akiwa hajitambui wala kumtambua hata mkewe.

Baada ya kumshawishi mkewe kwa muda, alikubali na Daktari Strese akapelekwa katika Jumba la Wazee ili akahudumiwe na wataalamu na kumpumzisha mkewe.

Habari zilienea kuwa Daktari Strese alikuwa mgonjwa na kwamba alipelekwa kuishi katika Jumba la Wazee. Kwa sababu ya ukarimu na huduma yake tangu kuanza kazi yake, watu walikuwa wakija kumsabahi mara kwa mara. Mkewe hakuacha kamwe kuzuru jumba hilo kila siku saa za jioni. Aliihama nyumba ile ya mumewe na kukodisha nyumba ndogo karibu na Jumba la Wazee ili awe karibu na mumewe aliyemfadhili na riziki katika uzee wake. Ulimwengu wa eneo lile ulifahamu yaliyoendelea, lakini dada zake wala wapwa aliojitolea kwao, hawakushtuka wala kujali walipoambiwa habari za kaka yao, ila kwenda kurithi nyumba ya baba yao tu.

Kila jioni Strese aliketishwa kitini sebuleni walimokuwa wazee wengine. Hapo ndipo alipopokea wageni waliokuja kumsabahi. Jioni ya leo, Daktari Strese alikuwa ameketi pale pale kitini alipokuwa akiwekwa kwa muda ambao hakuutambua tena. Macho yake yalitazama picha zilizoonyeshwa kwenye runinga iliyokuwa mbele yake, bali hayakuona kitu.

Dr. Sheila Ryanga ni mwalimu mwenye tajriba katika vyuo. Kwa sasa ni mhadhiri mkuu katika Chuo Kikuu cha Kenyatta. Ana tajriba katika uandishi wa kazi za fasihi.

Watakaoingia Mbinguni

Owen McOnyango

DIRISHA la gari la Mercedes la Bwana Musa Ochiel liliteremshwa na bakora likachomoza kutoka ndani, huku likitikiswa na kumwashiria Ajwang'. Ajwang' alikuwa amejikalisha juu ya nyasi laini ya kijani iliyoota katika lango la kuingilia boma la tajiri ambaye sasa alifika na mihemko na hasira za juu.

"Wewe shetani, mara ngapi nakuambia usije hapa mlangoni kukaa na kuharibu nyasi? Na wewe *watchman* kama ndiyo kazi yako hii ya kuleta wezi hapa nitaiambia kampuni iliyokutuma hapa usiletwe hapa tena," hasira zilimpanda mwenye boma.

Ajwang' naye baada ya kutimuliwa kwa dharau hivyo alijikokota kwa shida kubwa na kuanza kujivuta mchangani kuelekea kwake. Alikuwa hawezi kutembea. Kazaliwa hivyo. Akaenda kwake kama kunaweza kuitwa kwake mtu. Ni kibanda cha paa la nyasi ambazo nazo siku zao si haba. Kwenye paa hiyo ungeona mianya hapa na pale. Ikinyesha mvua maskini Ajwang' ilibidi kutafuta pa kujikingia mvua ilhali alikuwa ndani ya nyumba.

Ukisafiri kwenye barabara ya kuunganisha Siaya na Bondo utakuta maji ya Mto Yala yakifurika katika mahala ambapo labda ni nusu mwendo kati ya miji hii miwili. Kuna daraja la msafiri kuvukia kutoka upande mmoja wa mto hadi upande wa pili. Nyumba nyingi ni za miti iliyopachikiwa tope na paa ni za nyasi. Maboma mengi hayana ua na utaona vibanda vingine vya kulala mbuzi, kondoo na ndama ambao wangali hawawezi kulala nje kwa sababu ya ubaridi mkali ambao huanza usiku wa manane katika majira ya sehemu hizi. Mbali na baridi wanyama hao wadogo wadogo hufungiwa kuwakinga na hatari ya kuvamiwa na chui au fisi ambao huwinda usiku. Na wanyama si wengi. Kila boma lenye wanyama huwa

na wachache tu. Hawapatikani kwenye maboma yote.
Watu wengi ni maskini na baadhi ni hohehahe.

Ajwang' alipata jina lake kutokana na mila ya
Waluo ya kuwapa watoto majina. Hata hivyo kupewa
jina kwa Ajwang' kukawa na kupitwa kwa mila
kidogo ili kutosheleza ncha mbili za mila kwa
pamoja. Babake Ajwang' alifariki dunia kama
mwanawe angali tumboni mwa mamake. Kwa
kawaida angeliitwa Ojwang' kwani alikuwa mtoto
wa kiume (Angekuwa msichana angeliitwa Ajwang'
kwa jina kuanzia na herufi "A"). Hiyo ilikuwa ncha
moja ya mila—mtoto afiwaye na babake wakati
mamake akiwa katika hali ya kimila huitwa Ojwang'
akiwa wa kiume na Ajwang' akiwa wa kike.
Kumhusu Ajwang' huyu wa kiume kulikuwa na
mengine. Baada ya kuzaliwa, mtoto huyu alipatikana
heshi kulia. Alilia asuhuhi, machana, akalia usiku.
Mama mtu akajuta, mtoto analilia nini? Alikuwa
akilia, sio kwa njaa, sio kwa ugonjwa. Mamake
akalazimika kutafuta ushauri wa *Pim*. *Pim*
akamhakikishia kwamba mtoto alikuwa analilia Jina.
Kimila, kuku akashikwa kichwa chini na miguu juu,
majina yakatajwa huku mtoto analia kwa kwikwi.
Kuku yule akashikiwa mlangoni na orodha ndefu ya
majina ikatamkwa: Odhiambo, Apamo, Oyoo, Otita,
Okindo, Mima, Onduru. Mtoto akazidi kulia.
Likatajwa jina Ajwang' mtoto akanyamaza ghafla
ungedhani ni redio iliyozimwa. Ajwang' lilikuwa jina
la nyanyake mtoto. Nyanya alikwisha kufa zamani.

Jina Ojwang' likabadilishwa kuwa Ajwang'
kutosheleza ncha ya pili ya mila. Halikuwa badiliko
kubwa, mtoto alipewa jina linalostahili kwa vyovyote
vile: kama kutosheleza mila kwamba aitwe
alivyoitwa kwa sababu ya kufiwa na babake wakati
angali tumboni, hilo lilifanyika. Kama ni kutosheleza
matakwa ya nyanya yake, mfu kwa miaka mingi,
basi hilo nalo liliheshimiwa. Sadfa ilikuwepo pia
kwamba hata na huyo nyanyake aliyerithi jina lake
alipewa jina hilo Ajwang' kwa sababu zile zile za
kuachwa tumboni mwa mamake. Jina Ojwang' ama
Ajwang' kwao Waluo lina maana kwamba mtoto
amekimbiwa na babake, ametupiliwa mbali.
Ni namna ya Waluo kuelezea lile pigo la mtu kufiwa
na mzazi wa kiume kabla ya kuuona huu ulimwengu.
Ulimwengu ambapo mtu huhitaji wazazi wake
wote pamoja na wahisani wengine wengi ili
kulikabili.

Na kama ni kuwahitaji baba na mama, Ajwang'
aliwahitaji wote na labda aliwahitaji zaidi ya watoto
wengine wanavyowahitaji wazazi wao. Kiini cha
huku kuwahitaji zaidi wazazi zaidi ya watoto
wengine ni kwamba Ajwang' hakuwa mtoto wa
kawaida. Pindi tu alipoangushwa duniani ilikuwa
wazi kwamba Ajwang' angekuwa na maisha
magumu. Ajwang' alizaliwa kiwete. Alipoendelea
kukua ndipo uwete huo ukazidi kudhihirika. Mbali
na uwete wa miguuni, Ajwang' alikuwa kibyongo.
Kifua chake kilionekana kusukumiwa mbele na

mgongo ukawa unazidi nundu iliyojisukumia nyuma. Macho ya Ajwang' yalikuwa jicho moja katizama kulia na la pili kushoto. Ajwang' alipokuwa mtu mzima akawa mtu wa kujiburura udongoni kama ndio namna yake ya kutembea. Ukimtizama usoni usingejua kama anakuangalia au anaangalia kwingine. Kabla ya kumzoea Ajwang' alikuwa mtu wa kuogofya.

Wanaosafiri kutoka Bondo kuelekea Siaya wangefika kwake Ajwang' kabla ya kuliona jumba kubwa la orofa mbili na ambalo paa lake lilikuwa la matofali mekundu. Kuta za jumba zilijengwa na mawe meupe, manjano na majivu kutoka Kindu Bay iliyoko sehemu ambayo zamani iliitwa Nyanza Kusini. Madirisha yalikuwa yamepakwa rangi nyeupe pepepe. Ua lilikuwa limelainishwa kwa makasi. Waliopita nje walisikia kwamba mle ndani ya ua lile mlikuwamo kidimbwi cha kuogelea. Ilikuwa nyumba kubwa na walioishi humo walikuwa aila ya tajiri Musa Ochiel.

Bw. Musa Ochiel alipata kuwa katibu katika Wizara ya Fedha na baada ya kustaafu alijenga jumba kubwa hapo shambani. Kila siku ya Ijumaa alifika mashambani na kuondoka Jumatatu asubuhi kurudi Nairobi ambapo yasemekana alikuwa na biashara zake. Alikuwa na shule mbili za upili zenye kulipisha karo za juu. Zilikuwa shule za wenye vyeo na vyao. Kila muhula kila mwanafunzi alilipa takriban shilingi 200,000 kwa wale walioishi kwenye mabweni ya shule. Kwa wale waliosoma na kuishi makwao karo ilikuwa Shilingi 120,000. Bw. Ochiel alikuwa pia na majumba ya kukodesha katika mitaa ya Nairobi walikoishi watu wa tabaka la juu. Ilisemekana kwamba tajiri Ochiel alikuwa katika biashara ya dhahabu na almasi kutoka Angola, Nchi ya Kidemokrasia ya Kongo na nchi zingine za Afrika. Gazeti liitwalo *Toboa* lilikwisha tangaza kwamba huyu Bw. Ochiel alikuwa na jumba jingine Australia, jingine Uispania na jingine Ushelisheli.

Kitendo cha Ochiel kumfukuza Ajwang mlangoni pake hakikuwa cha mara ya kwanza. Huku kumdhihaki na kumfanyia mizaha lilikuwa jambo la kawaida. Ingawa Ajwang' alikuwa na ulemavu wa kila namna, hata ule wa kuwa maskini, alikuwa mtu mfurufu na aliyechangamka kila mahali na kila wakati. Ni mara nyingi tajiri Ochiel alimfanyia fedheha hadharani. Lakini kila mara wakikutana ungedhani Ajwang' alikuwa na ugonjwa fulani wa mghafala. Ni kana kwamba hakukumbuka dhuluma iliyompata kila alipojaribu kumwamkua huyu jirani yake tajiri.

Siku moja katika sherehe za kumwapisha chifu mpya wa lokesheni yao Ajwang' alimsogelea jirani yake kwa bashasha na kumsalimu:

"Vipi ndugu Ochiel. Nawe umefika?" Aliamkua.

"Je, shemeji yangu mzima au vipi? Siku nyingi macho yangu hayajamwangukia shemeji yangu. Mwambie asipotee hivyo kwani mimi ndiye shemeji wa karibu na jambo likikupata abakiaye naye ni mimi," Ajwang' alitokwa na maneno ya salamu.

"Na kweli wewe ndiye shemeji wa karibu. Mwambie mzee akamsalimu sana mke wenu. Na kama usemavyo likitokea jambo basi wewe tosha", alisema akichekacheka bibi mmoja ambaye naye aliishi katika kijiji kile na aliyejua uhusiano wa kiukoo waliokuwa nao tajiri Ochiel na Ajwang'.

Waliokuwepo karibu nao wakaangua kicheko. Mwanakijiji mwengine akachangia, "Wewe Ajwang' unataka kurithi wake za watu ilhali wewe huna mke. Sisi ukifa tutarithi nini?" Huyu jirani mwengine akatoa kichekesho kingine.

Ajwang' ambaye si wa kujisalimisha katika malumbano akatupa lake la mwisho: "Usiwe na wasiwasi. Leo nawaona wasichana wengi warembo hapa. Nakwambia leo nisipopata mke basi mjue kuoa kwangu hakutawezekana milele," jibu lilimtoka Ajwang' na wengi walikuwa wamejishika mbavu na machozi ya kicheko yanawaloa. Haya yote yalifanyika Bw. Ochiel akiwa ameukunja uso wake kwa hasira. Yaliyomuudhi zaidi tajiri huyu ni kwamba Ajwang' hakufaulu kumsemeza tu bali pia aliwafanya watu kucheka kwa salamu ambazo kwake Ochiel zilikuwa zinamtia aibu kubwa.

Ochiel akamlipukia Ajwang'. "Wewe hambe na maneno yako ya kishenzi, pita wende zako. Mimi ndugu yako? Tafadhali nimekujia yangu, wewe shughulika na yako. Haya nenda," alifoka jirani.

Hata waliozisikia salamu za Ajwang' kwake jirani yake wakapigwa na butwaa. Mmoja wa wanakijiji akasikika akishangaa:

"Hivi aliye chini hata salamu kwa aliyepanda ngazi ni matusi! Lo! Na hawa ni jirani na ndugu! Kweli dunia haishi vituko," alilalamika mtu huyo.

Ochiel hakuiona jamii ya Ajwang' kama yenye kustahili staha anayopewa binadamu na binadamu wenzake. Mamaye Ajwang' alifariki. Mazishi yakapangwa. Maskini Ajwang' akabaki pweke mfano wa mwanakondoo aliyefanya kosa la kumfuata mamaye malishoni na kupotea msituni na kubaki akijililia. Lau kusingekuwa wanakijiji waliomwonea imani mamaye Ajwang' asingezikika. Wanakijiji wakachanga unga, kuni, mbuzi mmoja akapatikana kwa hisani ya wasamaria, akachinjwa. Seremala wa pale kijijini akaunganisha masalia ya mbao alizokuwa nazo akatengeneza jeneza huku zikimtoka dua kwamba Mungu angemlipa.

Wakati huo walipokuwa wakishughulika maskini kumzika maskini mamaye habari zikaja kwamba jirani yake Ajwang' na marehemu mamaye, alionekana Bondo madukani akifanya *shopping*. Kutoka duka moja akachukua sukari gunia zima la kilo hamsini. Duka lingine akanunua mafuta ya kupikia ya Kimbo. Kimbo hiyo akaichukua zile za kilo nne, akazoa ndoo sita. Unga wa kupikia chapati na mandazi akabeba beli tano. Mikate haikuhesabika. Akaenda soko la Akala akanunua kondoo. Bidhaa zikatiwa katika gari. Watu wakadhani Ochiel alitaka kukitumia kifo cha mama huyo kama fursa nzuri ya kumtaka maskini Ajwang' ujirani. Ng'o! Ng'o!

Gari lake tajiri lilitokea upande wa Bondo kwa mwondoko wa juu, vumbi tele, akafululiza mpaka kwenye boma, honi ikabonyezwa, bawabu akafungua, tajiri akaingia, bawabu akafunga lango. Maskini waombolezaji waliokuwa karibu na barabara wakawa wamezikwa na lile vumbi. Vumbi lilipotulia tena kwenye udongo ama kupeperushwa mbali na upepo wakakuta gari halipo. Ochiel kaingia kwake. Matarajio ya maskini yakawa mengi. 'Rambirambi' zilizosikika kutoka kwenye jumba kubwa ni amri kwamba wanaokesha kwenye matanga wasipatikane tena wakienda haja karibu na ua la tajiri Ochiel. Mlevi mmoja aliyejumuika na waombolezaji akasikika ukimtoka mshangao:

"Hivi hata haja ya maskini lazima isichanganyike na ile ya matajiri. Maskini na matajiri lazima watengane eti?" Usaili ulimtoka mlevi.
Mlevi wa pili alikuwa na mengine:

"Siku moja tutaenda haja humo ndani ya boma wala si nje," mlevi wa pili alionya. Maneno aliyatoa kwa kuyakokota kwa kurefusha irabu zake wafanyavyo walevi. Waombolezaji wakacheka matangani.

Siku moja kabla ya mazishi mipango ikapata kikwamizi: Kanisa gani litamzika marehemu? Mamake Ajwang' alikuwa hashiriki kanisa lolote.

Alilalamika kwamba hata hayo makanisa yanataka
pesa tu. Mama mtu maskini, tena kwa miaka mingi
dhaifu kiafya akaona apunguze shughuli. Alipokufa
makanisa ya pale kijijini yalikataa kumzika.
Walipoulizwa wakuu wa makanisa wakasema
wanayo sheria ya kuzikana wao kwa wao. Yaani
washiriki kuzika washiriki wenzao.

Ajwang' alishikwa na dhaa kubwa. Ucheshi wa
Ajwang' na vichekesho vyake vikaonekana kuzimika
na bashasha, porojo na usemeshaji wake ukamtoka.
Ajwang' akanuna na moyoni akawa na dukuduku
la ndani kwa ndani kutokana na huzuni pamoja na
hizaya kwamba mamake atakosa wa kumwombea
kabla ya kutiwa kaburini. Stahamala kwa umaskini
na ukosefu wa kila namna lilikuwa linawezekana.
Lakini kutoweza kuipokeza roho ya mamaye kwa
malaika wa mbinguni, hilo aliliona kama janga la
laana. Ajwang' alijiuliza kimoyomoyo ni shonga gani
iliyokuwa imeivamia mipango ya kumzika mamaye.

Ni katika nyakati hizo ndipo lilikuwa lime-
anzishwa dhehebu moja pale kijijini lililojiita
WATAKAOINGIA MBINGUNI. Mmoja wa
wanakijiji ambao walikuwa wameshajiunga na
WAINGIAO, kama walivyolifupisha jina la dhehebu
hilo, alifika pale kwenye matanga kutoa rambirambi
zake. Alizisikia shida za Ajwang' za kutoweza kupata
kasisi wa kumzika mamake. Saa tatu usiku siku ile
lile boma lenye msiba lilikuwa limejaa waumini wa
WAINGIAO. Ngoma, nyimbo, maabudu, mahubiri

kisha ngoma na nyimbo tena. Ni kana kwamba mama mtu kahuishwa kwani Ajwang' alionekana kaupata tena upwamu wake. Akajiburura hapa na pale. Hata na ule uwete wake, akapatikana kwingi akiwasabahi waombolezaji na wana-WAINGIAO na yeye kupokea rambirambi pamoja na heko za kuweza kupata kanisa la kumzikia mama.

Siku ya mazishi, Jumamosi, mamake Ajwang' akazikwa kwa maombi, mahubiri, nyimbo na ngoma za WAINGIAO zikasalimu kupigwa. Marehemu akapokezwa kwa malaika na vile mambo yalivyokwenda yamkini Mungu aliipokea roho yake. Ajwang' akatangaza katika ushuhuda wake kuhusu maisha yake na mama yake kwamba tokea hapo atakuwa mwana-WAINGIAO, aongoke, afunzwe mambo ya Mungu, na akifa, wamzike.

***

Siku iliyofuata, Jumapili, alasiri wanakijiji walishutushwa na magari mengi yaliyokuwa yakija na kuondoka pale kwa tajiri Ochiel. Magari ya Wizara ya Afya kutoka Hospitali ya Siaya na ya Bondo yalifika kwa Ochiel. Magari ya D.C. wote wawili wa Bondo na wa Siaya, yalionekana kufika na kuondoka. Wakuu wa Polisi katika Wilaya zote mbili wakashughulika kuingia na kutoka kwake Ochiel. Ambulanzi tatu zilikuwa pale, moja ilikuwa imetoka Kisumu mjini. Wanakijiji wakakusanyika pale ambapo barabara ina ncha na kuelekea mlangoni kwa

Ochiel. Ajwang' akawa na wageni tena. Wote wakashangaa na kujiuliza ni nini cha mno kwa tajiri yule. Saa kumi wanakijiji wakayaona ya Musa pale ndege ya *helicopter* ilipoonekana ikishuka kutoka angani. Wanakijiji wakatawanyika kwa mbio za mguu niponye. Ajwang' kwa sababu ya hali yake akabaki mlangoni mwa kibanda chake. Ameganda.

Saa kumi na nusu kamili ambulanzi mbili zikaondoka kuelekea kwa kasi kwenye *helicopter*. *Helicopter* ikapeperusha vumbi, ikaning'inia kwa muda, ikainuka angani ikaenda zake. Mmojamoja, wanakijiji wakakusanyika tena kwa kuapa kimoyomoyo kwamba mradi wameyaona ya Musa lazima wayasikie ya Firauni. Bawabu wa kwake tajiri Ochiel akawapa yaliyotokea zingali kemukemu. Ikajulikana kwamba tajiri aliugua ghafla na mkewe kwa kutoamini yaliyokuwa yakijiri akazimia. Ambulanzi moja ikamchukua mzee na ya pili ikambeba mkewe. Yule mlinzi akasema alisikiasikia ni kama wanapelekwa hospitali ghali Nairobi. Wanakijiji wakabaki wakishangaa na kujiuliza ugonjwa gani ilhali mtu alikuwa mzima na wa afya si muda mwingi uliopita. Na hata akiugua, itakuwaje mtu na mkewe kwa pamoja.

Habari za kutoka Nairobi zilikuwa kwamba mkewe Ochiel alipata shufaa haraka na baada ya siku mbili alitoka hospitali. Tajiri Ochiel naye aliekea kuzidiwa. Juma moja baadaye gazeti la *Toboa* likatoa habari za ugonjwa kwa kina. Tajiri Ochiel alikuwa katika hali mbaya sana. Ugonjwa wenyewe haueleweki. Madaktari walikuwa wakishughulika lakini yaelekea walikuwa katika hali ya kujaribu hiki na kile. Maprofesa wa nyanja mbalimbali wa somo la umatibabu katika Chuo Kikuu kimoja huko Nairobi walikuwa kwa wakati huo wameachiwa usukani wa kutatua ni nini hasa kilichomsibu Bwana Ochiel na kisha watoe tiba. Akaalikwa Profesa wa kimatibabu kutoka Uingereza. Ilifikiriwa kwamba mgonjwa angepelekwa hospitali kule London ili atibiwe kule. Hata hivyo baada ya kufanyiwa uchunguzi zaidi mgonjwa akapatikana alikuwa mdhoofu kiasi cha kutoweza kusafiri masafa hayo marefu bila kuumia zaidi. Gazeti la *Toboa* likatoa picha ya Profesa Williams Quickwaters alipofika uwanja wa ndege wa Jomo Kenyatta na alivyopokelewa na maprofesa wenzake na watawala wa hospitali alikokuwa mgonjwa. Quickwaters akakabiliwa na waandishi wa habari. Ripota mmoja wa *Toboa* akamnukuu Quickwaters akisema kwamba akiwa angali London alikuwa amepata vidokezi kuhusu tatizo la Bw. Ochiel na kwamba atafanya uchunguzi zaidi kabla ya kuamua tiba ambayo ingefaa.

Baada ya juma nzima ikaelekea kuwa hata huyu mtaalamu kutoka Ulaya hakufahamu kiini cha balaa iliyompata Ochiel. Picha ikatoka kwenye *Toboa* na kichwa cha habari kikawa "Quickwaters Arudi Kwao, Mgonjwa Hali ile ile." Daktari huyu akanukuliwa akisema kuwa alibeba sampuli ya damu, mate na ute kwenda kuzichunguza kwenye maabara ya ng'ambo ambayo yalikuwa na teknolojia ya upeo wa juu; baada ya hapo wangepata njia mwafaka ya kumtibu Bw. Ochiel. Miezi miwili ilipotimu habari za tajiri Ochiel zikawa zimekuwa wazi kwa wanakijiji kwao mashambani. Habari zenyewe zikawa kwamba ndwele iliyompata Ochiel ni kuwa ulimi wake wote ulikuwa umemtoka mdomoni na kuning'inia ovyo. Maskini hasemi, hali, kupumua kwenyewe kukawa kwa shida. Miezi hiyo miwili akawa wa kuingizwa mipira puani ili kupewa hewa safi. Sasa alikuwa kajikondea si haba. Macho yalikuwa yamejikodoa. Awali mvi haukuonekana katika kichwa cha Ochiel. Leo kichwa kizima na madevu yaliyoota hospitalini; yalikuwa majivu matupu.

Kwa nguvu aliyokuwa amebakiza mkononi na akilini Ochiel akamwandikia mkewe na jamaa zake ujumbe mfupi kwamba angetaka arudishwe kwake shamba ili kama ni cha kifo basi afe nyumbani kwake kati ya watu wa ukoo wake. Madaktari wakamwandikia Ochiel dawa, haikujulikana ya kutibu nini, na wakampa idhini kuondolewa hospitalini. Ikaja ambulanzi, mgonjwa akapelekwa kwenye *helicopter*, huyoo, kwao shambani. Wanakijiji wakaambiwa mgonjwa karejea angali mgonjwa tena hakuwa mamati wala hayati. Mgonjwa akaingizwa chumbani kwake kwa kulala, akalazwa. Mkewe aliyekuwa ubavuni mwake daima naye hakuonyesha hali ya kuwa na rai. Kivangaito cha kumwona mumewe katika hali hii kilianza kumtia kidonda moyoni, akilini na mwilini pia. Mume alikuwa amebaki wa kuchungwa kwa kutiririziwa maziwa kupitia puani. Alikuwa pia mume wa kupanguswa kila wakati. Ulimi wake ulioning'inia nje ulimfanya kuwa mwenye kutokwa na mfululizo wa mate na udelele.

Kufikia siku hizi tajiri Ochiel aliporudishwa nyumbani kwake kusubiri yatakayotokea, Ajwang', jirani yake, alikuwa sasa amesifika sana kama mwana-WAINGIAO. Huyu jirani angeonekana amevaa kanzu nyeupe na kofia iliyoshonelewa viguo vingine kuiviringa. Kanzu yenye weupe ukawa unatoweka kwa vumbi na tope kwa sababu ya kubururwa chini. Ajwang' akasifika kwa kuwaombea watu kwa kila hali na maombi yakawa yanatimizwa. Ikatokea pia sadfa kwamba upevu katika ujuzi wa madawa ya kienyeji pia ulimwingia Ajwang' siku hizo. Wanakijiji wakawa wanasema kuwa nyanyake Ajwang' aliyefariki zamani na ambaye jina lake alilirithi alimletea ndoto zilizomfunulia kujua mitishamba ya kila aina. Sifa hizo zikamfikia mkewe tajiri Ochiel. Fikra zikamjia kwamba ili kuokoa maisha hakuna cha kushukisha staha. Akaamua kuwa kwa hili lijaribiwe lolote. Ajwang' akatumaniwa.

Ajwang' alipopata habari za kutakiwa kujaribu kuyaokoa maisha ya jirani yake Ochiel, naye akatuma ujumbe kurudishwa mle ndani kuwa angefika siku ya pili baada ya siku ya kuitwa. Mkewe Ochiel alifurahi na vile vile kufadhaika. Alifurahi kuwa Ajwang' angekuja. Akafadhaika kwamba hakuitika mwito mara moja. Hata hivyo aliamua kusubiri akiomba kwamba mumewe atakuwa angali hai. Kama alivyoahidi akaingia kwa tajiri siku ya pili baada ya mwito. Alijiburura mpaka langoni. Lango likafunguliwa akajitoma ndani, likafungwa. Mle ndani akaelekezwa hadi chumbani kwa Ochiel kumkagua mgonjwa.

Hata na dawa zake na utakatifu Ajwang' aligutushwa na hali ya jirani yake. Hususan alishangazwa na vile ulimi ulivyoweza kuwa mrefu hadi mwenye ulimi kutoweza kuufumbia ndani ya kinywa. Ajwang aliomba kuachwa na mgonjwa peke yake. Kila mtu alipoondoka Ajwang akamwambia hata mke wa Ochiel kuondoka. Alibaki yeye na mgonjwa. Yasimuliwa kwamba Ajwang' alimpaka-paka mgonjwa kiungo chake cha matawi na mizizi iliyochanganywa na maji na kupondwa-pondwa.

Baadaye Ajwang' akaanza maombi. Akamtaka Mungu hisani, akasujudu akaomba msamaha wa dhambi kwa kijiji kizima. Ajwang' akaomba Mungu Mwenye enzi zote awatolee sio aila ya Ochiel tu bali ulimwengu mzima laana ya ugonjwa na kifo. Kwisha hayo akasikika akimzomea mgonjwa mwenyewe akimuamuru auvute ndani ulimi wake na aache kuizidishia jamaa yake fazaa kwa ugojwa wake.

Ghafla ulimi wa Bw. Musa Ochiel ulivutika ndani mdomoni. Ajwang akasikika mle ndani akisifu roho ya nyanyake aliyefariki zamani kwa kumvumbulia dawa kwenye ndoto alizomtumia. Vile vile akasikika akimsifu Mungu Baba kwa kuwa ndiye mwenye nguvu na uwezo wa kushinda ugonjwa na kifo. Kwisha hayo, Ajwang' alirudi kwake.

Usiku ule ujumbe uliwafikia wanakijiji. Wakaingia. Wakamkuta Bw. Musa Ochiel amepiga magoti akiimba na kuabudu huku amemkumbatia Ajwang' kwa mkono mmoja pale chini. Mkono wa pili alikuwa ameuinua juu akiashiria mbinguni na uso wake pia kauinua kuelekea kule mbinguni. Ajwang' naye alikuwa katika hali ya maombi naye amemkumbatia Ochiel kwa mkono mmoja na mwingine amejishikilia nao kwenye udongo waliokuwa wameupigia goti na kuukalia. Pamoja wakawa wameshikamana kana kwamba walikuwa wakiusherehekea ujirani wao.

Dr. Owen McOnyango ni mwandishi wa hadithi fupi mtajika. Ameufanyia utafiti wa kina utanzu wa hadithi fupi na kuandika makala. Kwa sasa ni mhadhiri mkuu katika Chuo Kikuu cha Maseno.

Mwavyaji wa Roho

Leonard Sanja Leo

WALINYAMAZA kwa muda kusikiliza tangazo. Idhaa moja ya nchi za Ulaya ilikuwa ikizungumzia juu ya rais mstaafu wa nchi mojawapo huko ughaibuni aliyekuwa amefunguliwa mashtaka kwa kufuja pesa za umma alipokuwa meya kwa kuwaajiri wafuasi wa chama chao. Mtangazaji alikuwa akieleza shtuma zilisomwelekea mstaafu kwa kutumia cheo chake vibaya.

Hawakusikiliza tu, pia walisonya na kuguna. Hili lilikuwa jipya katika bara lao. Kushtakiwa kwa kosa lililotekelezwa miaka thani iliyopita, muhali! Ilikuwa sawa na kumwambia mtu mzima arejee katika mimba ya mamaye azaliwe upya. Ndio. Kwa hekima na kwa mujibu wa huku kwao. Ndio maana ya kuwa mtu mweusi, kila kitu cheusi na kiza kumeza na kuyaficha mengi yasikuche na macheo. Kana kwamba uadilifu na uajibikaji pia ni mweusi.

Nilikuwa nikiwaza iwapo hayo yangewezekana hapa kwetu. Kama watemi wetu wangekuwa huko ng'ambo basi wasingefunguliwa mashtaka. Uwashtaki kwa mangapi uwache mangapi? Jaji angekuwa na uamuzi mmoja tu, kinyonge! Meya wetu alikuwa ameandika barua ndefu kumnyang' anya tenda mkurugenzi ambaye alikuwa akizoa taka katika miji mikuu mitatu kwa madai kuwa alikuwa akiingilia kazi ya ndani ya baraza la mji. Mkurungezi huyo alikana katukatu; sababu, hakumlambisha mkono,wangu mtupu katika nchi gani?

Tenda hiyo ilijikunyata na nafasi mia mbili za ajira ya vijana wa kike na kiume. Ukipita katika uwanja wanakobarizi watu wa mjini wakati wa chamcha sio ajabu utawaona vijana wanaojilalia hoi, wengine na misokoto ya bangi, wengine wanajidunga sijui dawa gani na wengine hata hawajui ni mchana, wanashikana mchana wa Mungu, tena mbele ya hadhara kutaka kufanya kitendo cha ndoa. Na utawaona wenzao hawashughuliki ama wanamsihi mwengine apeane tunda aache kusumbua. Sasa umma haupumziki hapo tena maana ni hatari kwa usalama. Haikuwa ajabu kwa wakazi wa mji.

Peris alikuwa mkweli kama jua na mdini kweli kweli na imani yake ilimpa onyo juu ya kuwarambisha watu wa serikali asali. Alipiga kelele. Zogo la meya lilimhusu.

"Asilimia anayodai ni kubwa. Nikimpa sitaweza kupata chochote baada ya kutoa huduma na kulipa wafanyakazi," mkurungezi alinukuliwa kusema.

Niliyazuia mawazo yangu kuibwa na zogo hilo na kurejea pale afisini kwa bwana Kitambi. Afisi kubwa na iliyomfaa mkurugenzi na mmiliki wa asilimia sitini katika maduka makuu yaliyokwenda kwa jina la 'Nionepaa'. Kwa muda tangazo lilikuwa limewanasa yeye na mgeni wake hadi sikuwa nimekaribishwa hata kiti. Ilibidi kutulia na hata mimi nikawa nasikiliza ijapo bila hiari. Ama kweli lisilobudi hutendwa.

Tamaa yangu ya kuwasilisha ujumbe wangu ilitamauka wakati televisheni iliporejelea taarifa ya rais huyo mstaafu wa huko ughaibuni. Alikuwa anajitetea katika mbinu ya mfa maji kushika maji. Hakutaka kushtumiwa bila yeye kurusha mateke au kujaribu kuwaparurua watesi wake. Ama kweli wafu ndio tu hawasimulii ngano za paukwa pakawa.

"Niliwaajiri wake kwa waume kulingana na uwezo na tajriba yao kutekeleza kazi katika baraza la mji. Sikuuliza walitoka chama gani," rais mstaafu alinukuliwa kusema.

"Mjinga!" Kitambi alisema huku akifunga runinga na kuiweka tarakilishi yake vyema.

Ni wakati huo ambapo waliniona. Alinialika kiti na kuonekana kumharakisha mgeni wake aondoke.

"Shehena imefika," mgeni alisema.

"Umeijaribu?" Kitambi akauliza.

"Ni sawa. Kucha moja tu! Safi sana," mgeni alijibu.

"Nenda mkatue. Baadaye," Kitambi alimwambia mgeni.

Kitambi alinigeukia na kunikaribisha tena kisha aliniashiria nimfuate katika chumba kingine.

"Asante."

Macho yake yaliyoiva yalinikagua barabara na hatimaye kama mnyama anayepima uwezo wa windo lake, aliashiria nimfuate tena. Nilisita.

"Nitakupima," aliniambia.

"Unipime nini?" niliuliza.

"Hukuambiwa masharti yangu?" aliniuliza huku akitoa simu.

Ndipo ilikuja akilini. Jael aliniambia ami yake aliwapenda wasichana wadogo.

Aliwapima mwenyewe kuhakikisha hakujiathiri. Kisha alifanya ya jogoo kukiparamia kifaranga na kuwazawadi hela nyingi. Hakumrudia kiweto kwa mara ya pili. Alikaa na kuchongea wengine nao wakaipitia njia iyo hiyo kwa hiari au kwa ushawishi ama kwa lazima. Alikutumia mara moja siku hiyo tu basi! Wazo la pili aidha lilinipiga akilini na kuniacha najiuliza kwani alitaka nami niuze unga? Kwani Jael anahusika na utafutaji wa wasambazaji wa biashara hiyo ya amiye?

''Jael...'' Ilibidi nikaze sauti ili anisikilize. Aliwaashiria walinzi ambao walikuwa tayari wameingia afisini kusubiri kidogo. Alipomakinika tena niliendelea.

"Samahani mzee! Mimi naitwa Saida. Nimetumwa na Jael. Ameshikwa na amekatazwa kutumia simu. Amenituma nikwambie hivyo. Kwa heri," nilimwambia.

"Subiri! Kituo gani? Ngoja nitakupeleka huko kwa gari," Kitambi aliniambia. Nilikumbuka visa vingi ninavyovisikia kuhusu mihadarati; kukubali ni kifo na kukataa ni kifo. Muhimu ni kudinda kujihusisha nao tangu hapo basi. Sikusubiri. Nilimtajia jina la kituo cha polisi na kuondoka na hamsini zangu kadiri miguu yangu ilivyoweza kutimua.

Ukitoka afisini pa Kitambi, jumba linaloangaliana nawe ni soko kuu na afisi ya ubadilishaji wa hisa na uuzaji. Jael alinipeleka huko aghalabu akienda kununua hisa.

Nilisikia kila wakati jina mzee. Sikujua alikuwa nani. Nilitatanika kwa kuwa tangu awali nilijua jina mzee lilitumika na marehemu aliyekuwa rais wetu, mwasisi wa taifa letu tukufu. Lo! Mambo kangaja huenda yakaja. Mkubwa wa soko la uuzaji na ubadilishaji wa hisa alikuwa Kitambi! Ndiye alikuwa mzee?

Kupita pale kuliteka fikra zangu hata zaidi maana Wizara ya Uchukuzi ilipokuwa imetoa tangazo kuwa magari ya abiria madogo yataondolewa mijini na badala yake mabasi kuchukua nafasi, ghafla bin vu kulikuwa na mabasi kama mia tatu katika mji. Yote kutoka kwa kampuni moja! Pia jina la mzee lilitajwa. Kazi ya Mzee vile vile.

Mabasi yenyewe yalikuwa na sifa tatu tofauti na sheria za magari ya uchukuzi nchini; hayakuwa na mikanda, dereva na makanga hawakuvaa sare na hayakusimamishwa kuangaliwa na maafisa wa trafiki. Ndiyo ya pekee yaliyoruhusiwa kubeba abiria katika barabara zilizopigwa marufuku magari ya uchukuzi kufika; kama karibu na Benki Kuu, Bunge na jumba linalomiliki ofisi za ubalozi.

Nilirudi katika kituo cha polisi alikokuwa Jael nimechoka kutokana na kuwaza sana. Nilimpata Jael ameketi katika afisi ya mkuu wa polisi anakula vibanzi na kuku wa kukaanga. Mezani palikuwa soda. Alicheka alipoona mshangao wangu. "Mwenzangu," Jael alimwambia afisa wa polisi. Alinipa kiti chake naye akasimama. Jael alinishajiisha niketi.

"Mbona hukuniambia wewe ni mpwa wa Mzee? Wajua hawa vijana wangu wametoka mafunzoni tu juzi na hawajui kazi yao! Nani hamjui Mzee?" Afisa alisema bila kulenga Jael ama mimi. Afisa alipoona

Jael hana wasiwasi na uwepo wangu pale aliendelea na mazungumzo yao. Hata alimtaka Jael deti ijapo akimsihi kwa mafumbo. Jael alikubali kwa kutingisa kichwa. Jael hata alirejeshewa kifungu na kifurushi alichokuwa ameshikwa nacho.

"Pole sana. Akifika mwambie kwamba nimeomba msamaha na kwamba askari wangu hawakukujua tu. Mwambie walikufananisha na mtu mwingine. Hata huu ushahidi utaondoka nao," Afisa alisema huku anajichekeshachekesha.

Alimwambia Jael amkumbuke. Nilibiginya macho na kutikisa kichwa kujaribu kuelewa mazungumzo hayo. Usilolijua kweli usiku wa giza. Afisa alitupeleka ndani ya gari lake hadi katika chuo chetu. Mzee alimpigia simu afisa huyo na kuagiza waonane katika *Hoteli Nipewe* jioni hiyo.

Kama alivyosema baadaye Jael, afisa aliambiwa kauli moja tu, 'Chunga kazi isipotee.' Kisha alipewa kitu ambacho angefanya kazi miezi kumi na miwili kabla ya kukipata kama hicho. Afisa alikubali kuwadhibiti vijana wake. Jael alinionya dhidi ya kupanua kinywa changu ovyo. Nilikuwa na uhuru wa kuagizia haja yoyote; hata gari la kifahari. Ndivyo nilivyoipata nyumba katika mtaa wa ukwasini. Ulikuwa uthibitisho wa msemo, mgaagaa na upwa hali wali mtupu.

Tulienda ukumbini kufuatilia taarifa ya habari ya saa kumi na Jael. Masikitiko. Vijana, wasichana kwa wavulana, wamekula unga hawajielewi walikuwa wakieleza masaibu yao. Jael alicheka hata akatoa machozi. Tulishangaa kuona ami yake akitoa machozi huku akishtumu wanaowauzia vijana mihadarati bila kujali madhara yake. Tumbo langu lilijaa maji karai saba.

"Nimejaribu kuacha nikashindwa. Kucha nanunua shilingi mia mbili. Mara nyingine tunajidunga. Sindano yenyewe ni hiyo moja. Sisi ni wangapi hapa?"mmoja alisimulia kwa masikitiko. Alipoulizwa mbona hawaachi kutumia alijibu ni muhali. "Tumezoea. Hiki ndicho chakula na mke wangu sasa. Hata virusi ninavyo. Nitaenda wapi sasa? Sina faida hata nikishikwa na polisi! Kazi yangu kwisha!" mwingine aliyehojiwa alisema bila haya wala aibu. Walijilaza pale juu ya saruji na kuendelea na uraibu wao kama kwamba hakukuwa na dunia nyingine njema kwao isipokuwa pale walipokuwa na walichokifanya. Wao pia walikuwa na dunia yao; wao ndio wamiliki; nao ndio wafalme na malkia.

Jioni hiyo Jael alikuja na marafiki zake kutoka mjini na wengine waliotoka katika miji na vyuo vingine katika miji tofauti. Kilichonizubaisha ni kwamba kulikuwa na wengine waliotoka katika shule za upili na hata waliodai walikuwa katika shule za misingi. Wote Jael aliwaita marafiki zake! Aliwapanga foleni kama wasichana wa maonyesho na utii wao ungemfanya rais fulani kuona wivu ; walimwita Jael *mum* na hawakuuliza swali kauli zake.

Kwa kipindi fulani, kila mmoja alitoa maendeleo yake, changamoto na hatimaye mabunda ya noti yaliyoshtiriwa barabara. Jael alizitupa kitandani kana kwamba sio pesa nyingi hizo za kutisha kuwa nazo katika bweni la chuoni wacha nyumbani. Aliagiza kukabiliana na watoro na kila mtu alistahili kuendelea na kazi. Hiyo ilikuwa amri. Vijana wawili wa kike na wa kiume walilamba unga kidogo na kuchangamka kwao kungefanya ndama ajikunyate. Jael aliwasha sigara na kuvuta. Ndipo kwa mara ya kwanza nilijua Jael alivuta sigara. Ilikuwa vigumu kusadiki. Hatimaye walipotea mmojammoja.

"Chumo dada, unadhani hawa wakubwa wanatoa wapi pesa zao? Mimi nina bahati ami yangu alinikubali nilipokuja mjini. Naweza kuongea naye kwa niaba yako ukitaka," Jael aliniambia.

Badala ya jibu, sura za wale vijana kwenye runinga zilinijia kwa kishindo,vifyefye vya watu. Wasichana kwa wavulana, wengine wanaporomosha Kizungu kama nini? Sasa ati kazi yao kwisha! Watu ambao jana walikuwa na siha na warembo wa kuoa na kuolewa. Leo katu tumaini tena!Wazazi wao walikuwa wanalia na kuomboleza wakijiuliza walikosea wapi.

"Tumezaa wana wetu na kuwalea vyema, sasa nyinyi na biashara yenu muwafanye vizuu! Mimi nafa jamani! Hakuna wa kuwadhibiti hawa papa na nyangumi? Uuuui!" mama alilia.

Kama kawaida, tangazo lilisema uchunguzi utafanywa na hata ulikuwa umeanza na wahusika wote bila kujali rangi, dini, cheo na kabila ama tabaka watachukuliwa hatua. Nilizoea kusikia matangazo kama hayo tangu nilipokuwa kinda tu, na sasa bado nayasikia. Na picha ni kama ulivyoona nami kwenye runinga, haiwezi kubadilishwa au biashara kubatilishwa?

****

Siku zimepita sio ayami, na sasa ona. "Kitambi pekee! Kitambi tosha! Kitambi tumpe! Kitambi ndiye anajua shida zetu na ndiye atawaokoa vijana!" Gari lililokuwa na wafuasi na mashabiki lilidunda kwa sauti nzuri kupitia mitambo mizito na ghali.

Katika jukwaa la mkutano alisimama mheshimiwa Kitambi, mtu mtulivu, mtanashati na fimbo yake ya shaba na mkono wa dhahabu. Pete tatu katika mkono wa kulia; mbili za dhahabu. Mkewe ambaye ndio mara ya kwanza kuonekana na watu hadharani, bangili mkono mzima; fedha na dhahabu. Puani kipini cha dhahabu; wakwasi.

"Nataka niwe Mheshimiwa wenu. Kitu cha kwanza nitafanya ni kuzuia ujambazi na vijana wetu kuharibika kwa kutumia mihadarati. Nisaidie tuwaondoe hawa wafisadi ili tulete uongozi wa haki. Je, nani ambaye hataki jamii na vijana wenye maadili? Hizo pesa zao chafu wanazokuja kuwahonga nazo hata msikubali kuzila. Zimelaaniwa. Hata ukimpa ibilisi hawezi kuzichukua hizo!" Kitambi aliwaambia watu.

Vijana na kina mama ambao sijui kama walikuwa wamekula nini asubuhi hiyo walishangilia sana

wengine wamejimwaia maleso na kanga zilizo-
andikwa jina la Kitambi. Walikuwa tayari kumlinda
mheshimiwa wao dhidi ya upinzani wowote kama
mtu angejaribu kuvuruga mkutano.

"Pesa hizo zao zinanuka damu. Zimeua vijana
wetu. Je, kuna mayatima wangapi kutokana na viini
na kutokana na utumizi wa madawa? Nyumba ngapi
zimevunjika sasa? Tena mjue hivi, msikubali hawa
matapeli, hawa matajiri kuja kuwahadaa hapa. Kama
hawatawaletea kazi hapa kwa vijana wetu, maji,
umeme na kushusha bei ya bidhaa muhimu wapigeni
mawe! Weka tairi hao ngoima waamwa jasho la
wazalendo! Kitambi tosha!" alipiga kelele.

Alipomaliza hotuba na kurudi nyuma, nili-
mwona Jael na watu wengine wakitoa fulana
zilizokuwa na picha ya mheshimiwa Kitambi pamoja
na mabunda ya noti, pesa ambazo nyingi ziliwapata
wenyewe kama ni vipande vipande. Mama mmoja
alikuwa amevunjwa mkono akijaribu kuzipata.
Mvulana mmoja alipoteza jicho kwa kung'angania
fulana. Nilichokiona dhidi ya mama mjamzito ndicho
kilichobadili mawazo yangu na hata nikazirudisha
funguo za nyumba niliyopewa kule ukwasini.

Mama alikuwa anajipitia anatoka sokoni, sijui
nani kampa bango la mheshimiwa mwingine naye
akiomba kiti, lo! Acha watu wa Kitambi wamwone
nalo akipita hapo! Zani ikabwagwa na muda si muda
mama wa wenyewe akawa anahitaji waganga na
waganguzi.

Mtu kupigwa hadi kuavya ati kwa kuwa kapinga kuwa hawezi kumchagua mheshimwa fulani!

Kitambi sasa ni mheshimiwa wangu. Miaka imepita kadhaa. Mpizani wake siku hiyo ya kura ambaye nilitaka kumchagua alishindwa kuwasilisha karatasi zake kwa bodi ya uteuzi na uchaguzi. Alitoweka na kupotea hadi uteuzi umemalizika na tume ikawa imefunga milango kwa wagombezi. Ana wito na ujumbe, *Siasa ni mchezo mbaya.* Sio mchezo wa watoto na mwehu. Kaburi la mtoto mdogo, makaburi ya vijana saba na wakongwe kadhaa pamoja na magofu ya zilizokuwa nyumba zetu yanipa kichefuchefu. Hili ndilo limenifanya nihamie mabandani. Kitambi amependekeza afisi za NACADA zijengwe kama kumbukumbu yao hapo mavani.

Nikichapa miguu sina masikitiko. Kwamba nakwenda kwa miguu viwandani na kwamba naishi katika mitaa ya mabanda kwa nyumba ya wenyewe si hoja. Mheshimiwa sijamwona tena. Tunapanda milima ya taka na kuruka majitaka asubuhi na jioni na wenzangu. Sote tukijivunia kuwa wafanyikazi wa bidii na waaminifu. Tena walipa ushuru. Ndio maana kila mwisho wa mwezi mimi na wenzangu hatunung'uniki wala kulalamikia kipato chetu. Fahari yangu ni kwamba mimi ni mlipaji wa msharaha wa mheshimiwa Kitambi. Basi, mimi ndiye mzee. Mimi Saida na wengine.

Matumaini yetu ni kungoja mema tuliyoahidiwa na mheshimiwa.

"Atarudi tu baada ya miaka yake kuisha," mwenzangu mmoja alisema.

"Kama tumekufa homa ya matumbo na malaria?" Nilimjibu.

"Sasa tungemchagua nani?" rafiki yangu aliuliza.

"Si kulikuwa na Juma na mama Jumatano?" mwenzangu akauliza.

"Basi acha kulalamika. Ulichagua pesa. Subiri," nikamwambia.

Nilikumbuka tangazo hilo Ia habari siku nilipokwenda katika afisi na makao ya Kitambi. Rais kupelekwa mbele ya mahakama kwa kutumia afisi vibaya! Tena alipokuwa hajawa rais, meya wa mji tu!Badala ya kuudhika kwa mjadala wa wenzangu, nilicheka kicheko hata hivyo kilidinda kutoka. Niliketi chini na kushika tama.

"Mbona?" mwenzangu aliniuliza.

"Tungali mbali," nilimjibu.

"Mbali na wapi?" akaniuliza.

Mbali na haki," nikamjibu.

"Sikuelewi," akanijibu.

Saa kumi na mbili niliingia kwa jirani ili nijisikilizie mageni. Nilikata kauli kwamba sote hatuelewi. Kama tungeelewa, tungejishika masikio jioni hiyo. Nilijuta kwa kukubali kwenda kwa jirani kutazama taarifa ya habari kwenye televisheni. Jael katika wadhifa wake mpya wa ukurugenzi wa maswala ya vijana alishtumu vijana kwa kuwa wazembe, wasiokuwa na mwelekeo na wapenda mihadarati badala ya gange. Nilijikuta najibizana naye. Japo yeye ndani mimi nje.

"Wewe ni nani? Si kijana wewe? Umefikaje huko?
Unataka tupitie wapi?" nilimwuliza.

"Huyo sio Jael?" jirani aliniuliza.

"Ndiye," nikajibu.

"Kafikaje huko?" akaniuliza.

"Kitambi ni amiye," nikajibu.

"Ala! Jizee lile jizee kweli. Hata huwezi kujua lina miaka themanini na moja! Pesa kweli silaha," jirani akaeleza.

"Ya kuangamizia matumaini ya watu, hasa vijana," nikamwambia.

"Hujazeeka, utapata," akaniambia.

"Na mshahara gani? Hata bila kodi siwezi. Mshahara wa mheshimiwa ni hela ngapi?" nikamwuliza.

"Na kweli!" alisema kama anayezinduka kutoka katika ruya.

Nilijizuia kusonya. Nilijizuia kulia. Akili yangu iliniambia nitoke nje ya nyumba ya jirani mbio huku nakipiga kelele za juu kwa sauti yangu yote; usaliti!

Sanja L. ni mwalimu wa Kiswahili kwa muda mrefu na ana tajriba ya uandishi. Kwa sasa anendelea ma masomo ya juu katika Chuo Kikuu cha Kenyatta. Ameandika riwaya, tamthilia na hadithi fupi ambazo zimechapishwa.

Kuwa Mume

Rayya Timmamy

HEMEDI alikuwa amekaa kibarazani hapo ngomeni ute ukimdondoka na nzi waking'ong'a. Macho yake kama akili yake yalionekana kuwa yako mbali. Ni kama kwamba lilikuwa ni zoga tu la mwili kwani kama alikuwa hai hangeacha nzi wacheze kibe na hata asiwasute. Alikuwa akikumbuka.

Akikumbuka hapo zamani. Hapo alipokuwa kijana barobaro shababu. Kumbukizi zilimrejesha alipokuwa shule ya sekondari. Alianza tabia hii kimchezo tu na hakujua kuwa itayaathiri maisha yake daima. Siku moja yeye na rafikiye walipokuwa wanatoka shule mara alimuona rafikiye akitoa kitu mfukoni. Alitoa kitu kilichosokotwa katika karatasi ya rizia. Alikitia mdomoni na akatoa kibiriti na kukiwasha.

Hemedi alimaka na kushangaa. "Ah! Ali ni mambo gani tena? Toka lini? Leo ikawa ni ya pili?"

"Aah nimeanza tu hivi juzi na nakwambia akhi sijaona starehe na maraha kama haya. Nakwambia muda moshi unapokufikia akilini hujui utamu wake," Ali akajibu.

Hemedi alimtazama kwa mshangao, "Lakini Ali hujui kuwa ukishikwa utaingia matatani? Kwanza shuleni na kisha nyumbani," Hemed akauliza.

"Si nyumbani na shuleni tu hata polisi akipita akaihisi harufu atajua ni ganja," Ali aliongezea. Hemedi alishtuka zaidi na ingawa alifungua mdomo hakuna chochote kilichotoka.

"We Hemedi waniona mimi mjinga? Kwani nitavuta nionekane? Tena babangu yuavuta sigara ili nami nivute?"

"Lakini babako kama huvuta sigara ndiyo nini? Wewe wajua Mwalimu Mkuu akikushika utakijua cha mtema kuni," Hemedi akasema.

"Hawa walimu wajifanya tu kwani sisi ni watoto wao? Wengi wao wajifanya tu!" Ali akajibu.

"Aah! Si hivyo wanatufikiria, na sigara ni mbaya," Hemedi akamjibu.

"Kwani nani amekwambia hii ni sigara ya kawaida? Mazee hii si sigara ya *Sweet Menthol* au *Sportsman*. Hii ni sigara maalum bwana. Hebu jaribu uone," Ali akahimiza.

"La! La hasha. Mimi sitaki kujaribu."

"Wewe nini? Umekaa kama mtoto mchanga bado unafuata unapoambiwa. Basi hujui unachokosa."

"Nanikose kwani nikikosa ni mimi, wewe yakujalisha nini?"

Siku hiyo yaliishia hapo.

Hemedi aliwaza jinsi ambavyo alikataa katakata siku ile na alikumbuka alivyokuwa na nguvu ya kukataa. Naye kama angeshika leo angekuwa wapi! Je, angekuwa bado anaishi kwao au la? Alijiuliza moyoni maswali mengi lakini bila jibu.

Alirudi tena katika siku zake za utotoni. Alikumbuka vile baada ya kumkatalia Ali siku ile japo urafiki wao uliendelea ulikuwa kama umeingia doa. Ali alianza taratibu kupata marafiki wengine na kumwacha yeye pekee. Shuleni walianza kumfanyia stihizai na shere kuwa ni kuro na si mwanamume.

Jambo hili lilimuudhi sana. Hemedi alinywea kama aliyetiwa maji baridi alipokuwa akiwazia maisha yake. Alijuta kwa nini jambo hilo lilimtia mawazo. Maana pengine leo angekuwa mbali. Lakini kutaka kuonyesha kuwa alikuwa mume kweli ndipo basi alipojiuza. Siku ile kengele ilipolia alitoka na kumwambia Ali kuwa angetaka kusema naye. Basi akamweleza kuwa yuko tayari kumuonyesha kuwa yu mume kamili. Basi akaambiwa kuwa jioni ile aende madobini ambapo angewapata wenzake. Hemedi alikwenda kwao na siku ile hakuwa na makini. Baada ya kubadilisha nguo alichomoka na kuelekea mahali pa miadi. Na hata kawaida yake hakuitekeleza ya kuchakurachakura jikoni angalau apate cha kujishikiza.

"Aaah, kweli ni msiba wa kujitakia au pengine ni mwiba wa kujitoma," aliwaza. Mara alipofika, tayari waliojiita maswahibu zake walikuwepo na walikuwa wima wakimshawishi kuchukua hatua ya kwanza. Hemedi aliipokea ile 'sigara' na kujizuia kwa muda akionekana kama mwenye wasiwasi. Kwa mbali alisikia sauti ya Ali ikimwambia, "Sasa tutakaa mpaka kuchwe tukikungojea? Unafanya kama ni jambo kubwa sana. Huu bwana ni mchezo wa wanaume. Kama wewe si mume rudi ukajifunge kibwebwe ukapike na mama!"

Maneno haya yalimtoa katika lile bumbwazi na basi polepole aliipeleka ile sigara kwenye midomo yake iliyokuwa ikitetemeka. Alivuta kwa nguvu na hapo basi kwa kuwa mwanagenzi moshi ulimzidi na kuenda usipotarajiwa. Alianza kukohoa, akakohoa na kukohoa. Alisikia kifua kikimwaka moto na macho yakimtoka machozi.

"Aaah! Shabash! Huo basi ndio uume." Ali alisikika akisema. Mara ya kwanza kwa kila mja ni hivyo lakini ngoja ukishazoea, utaona kama ni kawaida. Hebu niangalie mimi," alisema. Basi hapo aliichukua ile sigara na kuivuta kwa ustadi. Moshi ulitokea kwenye pua na alionekana ameburudika. Alionekana kuwa ni mchovya asali ambaye amechovya mara nyingi. Hemedi aliyatazama hayo lakini alijiona kama anazunguka. Akamuuliza Ali, "Kuna nini, mbona ninaona kama twazunguka?"

Ali na wenzake waliangua kicheko na kumcheka sana na baadaye kumwambia, "Wacha utoto labda unaona kizunguzungu." Hemedi hata hakuyasikia hayo, alianza kusikia kichefu chefu na kukomoka na akaanza kutapika.

Wote walimcheka na kuondoka isipokuwa Ali aliyemngojea na alipotulia akamwambia, "Usijali baada ya mara ya pili, ya tatu haya yote yatakuwa kama historia."

Hemedi aliondoka kwa haraka na siku ile hata hakuenda msikitini Magharibi bali alirudi nyumbani na hiyo haikuwa kawaida yake. Babaye aliona ajabu pale ambapo hakumtia machoni kwenye safu za mbele msikitini. Lakini akadhania pengine utoto umemfanya ahepe. "Pengine wako michezoni ameona uvivu," alijiambia. "Anahitaji kukumbushwa umuhimu wa swala, tena swala kwa wakati."

Alipofika nyumbani aliulizia kama Hemedi alikuwepo. Mamaye alimfahamisha kuwa alikuwa kaja lakini akasema walipokuwa wakicheza alitapika sana basi alikuwa amekwenda moja kwa moja kitandani kulala.

"Labda ataka kushikwa na homa," babaye akasema.

Baba mtu alienda kumwangalia lakini Hemedi alijifanya kalala usingizi mzito sana. Hemedi sasa aliwaza. "Kwa nini baada ya kujaribu mara ya kwanza na kutoyapenda usiyaache hapo. Kwa nini nilitaka kuonyesha kuwa mume. Kwa nini sikuwa mume kweli na kukataa tabia ile maana hiyo haikuwa kuonyesha uume bali kutoweza kuwa na msimamo. Huo ulikuwa msukumo tu bila kuweza kuwa na ari."

Hemedi basi alirudi kutaka kuonyesha kuwa hana kasoro bali ni mume wa kweli. Mara mbili tatu bado moshi ulimsumbua lakini ulipomzoea sasa yeye akawa ni mwalimu.

Kufikia wakati alipokuwa anaingia kidato cha nne, amekuwa fundi. Watu wake wa nyumbani kwa miaka miwili sasa wamekuwa wakiona mabadiliko yaliyokuwa yakimpitikia. Wamejaribu sana kumuasa lakini wapi. Wazee wake waliona labda yote ni kule kuwa sasa amekuwa barobaro amejiona amekua. Baba mtu alijaribu sana kumsemeza, kumwelekeza kwa Mungu, kumuonya ya kidunia lakini yote ni kama yaliangukia sikio la kufa. Walijaribu kumchunguza na kumnasihi aseme lililomsibu lakini hawakukijua ijapokuwa walimtilia shaka.

Shuleni, ijapokuwa hakuwa mwerevu sana lakini pia hakuwa mjinga. Walimu pia nao wakaanza kuona kuwa hana tena ile bidii aliyokuwa nayo na wala masomo hayakumshughulisha. Kuna siku kadha pia ambazo hakutokea kabisa shule na alipoulizwa hakukosa kisababu. Mpaka mwalimu mkuu alipoona ni mno sana ndipo akaamua amwite mzee wake. Siku hiyo aliamua amtume mwalimu mwingine kumwita.

Babaye Hemedi alipopata ujumbe alijua kuwa lazima kuna mwanandani au kumezidi neno maana hangeitwa. Lakini moyoni alijua kuwa ni kuhusu Hemedi, maana hata wao wenyewe waliona jinsi alivyobadilika na kufura kichwa lakini wakaona ni hatua tu za kukua atapita. Baba mtu hakudharau maana hili lilikuwa ni jeraha moyoni linalo-muunguza. Alikuwa na matarajio mengi na mwanawe wa kwanza Hemedi. Mwanawe aliyempa jina la babake mzazi, atakayekuwa mfano kwa wengine.

Lakini masikini ameingiwa na shetani na shetani si shetani bali ni shetani kiumbe, Hemedi alikuwa mwana mwema. ''Alikuwa mwana aliyekuwa *khamsa swalawati* kipindi hakimpiti, leo amefika hadi ya kumuasi Mungu na asijali. Lazima amezugwa akili.''

Alikwenda kazini mapema na kuomba ruhusa ya kwenda kumuona mwalimu wa mwanawe. Basi saa nne alitoka kuelekea Kizingo. Alijua kuwa kwa hatua zake robo saa itamfikisha. Alifika wanafunzi wakiwa nje kwa mapumziko na alifululiza hadi afisi ya Mwalimu Mkuu.

"Bwana nafikiri una fununu za nilichokuitia. Maana nimemtuma Hemedi mara kadha lakini sijui hujapata nafasi. Nafikiria mashughuli ni mengi au nini?"

"Umeniita? Wallahi sijapata ujumbe. Ujumbe wa mwalimu ndio wa kwanza kunifikia. Tena ngojea huyo uliyemtuma aje umuulize machoni anisusuike kama nasema urongo," babake Hemedi alisema kwa sauti inayoonyesha kuwa hadanganyi.

"Aah, basi ninaona si sifa yako kudharau lakini pengine yamekuzidi," Mwalimu Mkuu akasema.

Kulisikika kugongwa mlangoni na Hemedi akaomba kuingia. Aliingia na kusimama karibu na baba yake. "Haya Hemedi kwanza niambie ni kipi kilichokufanya usipeleke ujumbe kwa babako?" Mwalimu Mkuu aliuliza.

Hemedi aliinamisha uso asiwe na la kusema maana leo amebambwa. Alifungua mdomo na kusema, "Nilimwambia mama akwambie,"

"We Hemedi sasa wasema uongo. Kwani hatuonani? Si tunakula pamoja baada ya isha kila siku?"

"Wewe sasa tuambie kweli. Mwalimu wako anasema kuwa una matatizo hebu tueleze," baba aliendelea.

Hemedi alikaa kimya kama bubu hakujibu, lake li moyoni. Mwalimu Mkuu akaendeleza mazungumzo. "Hemedi nasikia kuwa uko katika lile kundi la wanafunzi wanaozivuta. Unajua kuvuta sio sigara ya kawaida bali sigara kali."

Hemedi roho ilimgonga na ijapokuwa alikuwa anaasi amri kwa kweli hakuwa mtoto mbaya bali ni zile athari za wengine. Macho yalimkodoka akaona kuwa kweli leo ameshikwa. Aliona leo ni arubaini yake yeye mwizi.

Alikana katakata kuwa yeye hata ingawa baadhi ya hao wanaozivuta walikuta ni rafiki zake yeye havuti, wala hataki kuvuta. Akawaeleza jinsi waalimu wamewaeleza athari mbaya zinazotokana nazo kwa hivyo yeye hakuthubutu kuvuta. Hapo akaulizwa basi kwa nini mara nyingine haji shule?

Alibubujika visababu hivi na vile; hakukosa kuja na sababu na visingizio. Mara alisema siku hizo huwa hana masomo au ati alikuwa anaumwa na kadhalika. Alisemezwa kwa muda na baada ya hapo akaahidi kuwa mzuri na kuacha kufuatana na marafiki wabaya na kuwa ataanza kutia bidii katika masomo yake. Baada ya ahadi hizo; Mwalimu Mkuu alimwambia arudi darasani. Alibakia yeye na babake Hemedi wakipanga namna watakavyomchunguza kuona anatekeleza ahadi yake.

"Bwana hawa watoto ni kama punda hawaendi ila kwa gongo,"babake Hemedi akasema. "Mimi nimejaribu nisiwe na msimamo huo lakini naona sasa itabidi pengine mara nyingine tunamuadhibu."

Hemedi alitengenea kwa muda lakini sio kuwa aliacha tabia yake ya kuvuta bangi maana mchovya asali hachovyi mara moja. Babaye hakutaka kumpiga maana hakuwa wa umri wa kuchapwa.

Alikuwa wa umri wa kusemeshwa tu. Lakini Hemedi mwenyewe wapi, hakuambilika. Basi sasa akawa anapigwa. Lakini hili halikuwa dawa maana saa zile anazopigwa ndipo alikwenda na kuvuta bangi kujipumbaza. Aidha baada ya kipigo anachopata aliingia ndani akajibwaga vile alivyo malazini na kuutandika usingizi kama mwana asiye na wasiwasi. Aliopoamka hakujua lililotokea.

Sababu mojawapo nyingine pia iliyomfanya Hemedi kuanza kuvuta bangi mbali na ile ya kuthibitisha uume wake ni kuwa Ali pia alimfanya aamini kuwa akivuta na baadaye kusoma huwa mtu anaelewa masomo kweli. Ijapokuwa Hemedi alikuja kujithibitishia mwenyewe kuwa hili si kweli. Lakini kama majuto ni mjukuu hili aliligundua baada ya maji kumwagika. Matokeo yalipotoka kama wengi walivyotarajia ndivyo yalivyokuwa. Sasa kwa vile hakuwa na la kufanya maana hana anapokwenda ndipo alipokuwa na wakati zaidi wa kubarizi kwenye mabaraza na wale ambao hawana la kufanya. Wakati mwingi bila ya kujishughulisha ni nyumba ya shetani.

Ijapokuwa babaye alimnasihi sana atafute kibarua au atafute la kufanya kama kozi au lolote lakini haya yaliingilia sikio hili na kutokea lile. Babaye alikwenda hadi ya kumtafutia hivyo vibarua. Hemedi angekwenda siku moja au mbili na daima hakukosa visababu. Mara ati anatumikishwa kama punda na waajiri. Mara ati anaonewa na ati ameachishwa kazi bila sababu. Alakulihali hakukosa la kusingizia mpaka baba mtu akachoka kumtafutia, maana hata uso una haya na alikuwa amechoka kuuchuna.

Basi sasa mara kukaaanza kupotea pesa nyumbani. Chenji zinazorudi baada ya kutumwa dukani zinapowekwa mara shilingi ishirini mara hamsini hupotea. Walipoulizwa wote, Hemedi na nduguze wote walikana. Siku nyingine babaye mara alijipata amepungukiwa na pesa ijapokuwa mwenyewe alikuwa anajua fika alikuwa na idadi fulani kipochini mwake. Vita vikawa vinanukia maana babaye alikuwa akidhania ni mkewe aliyezichukua pengine kukidhia mahitaji yake.

"Aah nataka kukuliza kitu! Je, umechukua chochote mfukoni mwangu?"baba alimwuliza mama.

"Mfukoni mwako?" Mama alishangaa.

"Mume wangu una hakika ulikuwa nacho? Maana mimi wallah sijachukua! Si wajua nikitaka nitakuomba! Au nikichukua si siku zote nakwambia?"

"Kweli lakini nilidhania pengine umeghafilika kunieleza," baba akajibu.

Jioni ile aliporudi nyumba iliwaka moto. Watoto wote wanne waliitwa na mama yao sebuleni. Basi baba akaanza, "Haya sasa niambieni, ni nani huyo aliyemea mkono? Nilidhani nimewafundisha ya kutosha kuwa tabia ya mkono ni mbaya sana? Mama yenu asema tena si hizo zangu tu,hata yeye amekuwa akichukuliwa hiki na kile lakini hajaniambia mbeleni,"

Kila mtu alikuwa kimya hakuna aliyethubutu kujibu. Mzee akapiga kelele na hakuna aliyekiri. Ijapokuwa wale wengine walikuwa wanamshuku Hemedi lakini wote walimuogopa maana ni ndugu yao mkubwa ambaye mara nyingi aliwapiga ati kuwafundisha adabu. Basi yalipokwisha siku ile waliamua watasema naye wote watatu pamoja kuona kama atawasikiliza. Hivyo walingojea mpaka baba yao na mama yao walipoyasahau yaliyotokea. Wiki mbili zilipopita ndipo walipopata faragha ya kusema naye.

"Hemedi usione hatujui! Twajua ni wewe tu ndiye unayemchukulia mama pesa na sasa baba lakini tulinyamaza tu."

"We fidhuli we! Si mimi! Nitakupiga sana kwa kunisingizia!" Hemed aliwatisha.

Mwengine akaingilia, "hakusingizii ni kweli twajua na tushakuona ukizichukua kwa
hivyo usijitie ukali na kujibabaisha."

Yule wa tatu naye akafungua mdomo na kusema, "Tumekunyamazia lakini sasa maadamu baba ameyajua hakuna kunyamaza tena. Ukiendelea kufanya hivyo basi ujue tutamwaga mtama."

Hemedi alitoka kwa hasira na kuelekea kwenye maskani yake hapo ngomeni. Alifika na kukaa katika kibaraza chake kama desturi yake. Akaanza kufikiria sasa anaelekea wapi? Hana pesa za kununulia bangi, hana kazi. Akabakia amekaa kama asiyekuwepo duniani. Maana alikuwa amefanya makubwa ambayo kama yangegunduliwa kungewaka moto hata zaidi. Alikuwa hakuchukua pesa bali amechukua mkufu wa mamaye.

Akabaki hapo akiwaza ya maisha yaliyopita na ya usoni. Akajua lazima afanye uamuzi. Baada ya masaa kadhaa ya kuwaza na kuwazua, alitabasamu. Na kwa mara ya kwanza yule Hemedi wa zamani alionekana. Aliwaza ajiue kwa kujitupa baharini au awe mume. Na kuwa mume ni kupi? Ni kwenda nyumbani na kuikabili aila yake. Aliamua awaeleze yote ya kuiba mkufu na kuuza, ya kutumia kwake madawa ya kulevya na yote mengine.

Awakabili na ukweli na huko ndiko kuwa mume; na maamuzi yake ya dhati yakawa kubadilisha mwenendo na maisha yake. Hapo aliruka juu na kuelekea nyumbani kwa hatua za mchapuko, akiwa amekuwa mume kweli.

Prof. Rayya Timmamy amechangia utanzu huu wa hadithi fupi pakubwa hasa kuhusiana na maswala ya kijinsia. Kwa sasa ni mhadhiri mkuu katika Chuo Kikuu cha Nairobi. Ni msomi na mwandishi wa Kiswahili mahiri.

Uganga wa Pete

Ayub Mukhwana

WATU walizoea kufika kwa babu kila uchao kushtakia hali zao za ndoa hasa yaliyofanyika usiku wa kiza. Na kama kawaida, babu aliketi kimya, lake sikio hadi msemaji amemwaga nje roho yake yote. Hapo tena babu aliwasha kiko na kuanza ngano zake kama tabibu wa karne nyingi. Na leo haikuwa tofauti; alianza hivi:

Miaka nenda miaka rudi palikuwepo katika nchi fulani mtu mmoja maskini sana kiasi kwamba alikuwa hana mbele wala nyuma. Umaskini ulimfanya mtu huyu awe ombaomba. Lakini kama ilivyo kawaida ya waja, Mungu hakumnyima kila kitu; alikuwa na mke mrembo na aliyempenda mumewe kidhati. Siku moja akiwa ameenda kuomba kama ilivyokuwa kawaida yake, alianzia kwa Mama Vitumbua. Alipofika, Mama Vitumbua alikuwa yupo jikoni pake akijishughulisha na uandaaji wa vitumbua. Maskini alipobisha kwa sauti yake iliyozoeleka, huyu mama hakumfungulia mlango. Aliendelea na kazi yake ya upikaji vitumbua mpaka alipomaliza ndipo akatoka nje. Naye Maskini, kwa mnukio aliouhisi kutokana na mafuta ya kupikia vitumbua, hakukata tamaa; alijua kuwa vyovyote viwavyo Mama Vitumbua atatoka kwenda kuvichuuza vitumbua vyake. Na ndivyo ilivyokuja kuwa.

Mama Vitumbua alipojitokeza, alimkuta maskini kajikunyata kwenye veranda ya nyumba yake akionyesha kuwa na njaa iliyokithiri. Kumwona, huyu mama alijitia hamnazo na kudai kuwa hakumsikia akibisha na wala hajaandaa vitumbua bado. "Mbona umeandaa vitumbua vipatavyo thelathini?" aliuliza yule maskini wa Mungu. Mama Vitumbua alishangazwa sana na swali hili ambapo Maskini alikuwa amepiga ndipo. Maskini alizifuatilia hatua za utumbukizaji na uopoaji wa vitumbua kwenye mafuta na kwa hiyo alijua tosha idadi ya vitumbua vilivyokuwa vimeandaliwa na yule mama. Mama Vitumbua alishindwa kwa yakini kuelewa kama Maskini alijuaje; akamwona kama mtu aliye na nguvu za kiganga na kiganguzi. Na kwa kuona soni, aliingia ndani chumbani na kutoa vitumbua viwili na kumpa Maskini aliyejiondokea na kwenda zake. Nyuma, Mama Vitumbua akabakia kuliwazia na kuliwazulia tendo hili la Maskini.

Maskini mtu alipofika nyumbani kwake hakumkuta mkewe. Mkewe alikuwa na kipawa cha kuzaliwa katika ususi. Kwa hiyo yeyote aliyetaka kusukwa nywele na alimfahamu hakusita kumwalika, ila ujira wake ungekuwa duni tu au hata chakula pekee kingetosha. Hivyo ndivyo ilivyokuja kutokea alipoalikwa na mke wa mfalme ili apate kumsuka nywele. Wakati akisukwa, mke wa mfalme aliivua pete yake ghali na kumpa mtoto wake aliyeing'ang'ania achezee. Wakati mtoto akiichezea pete hiyo, aliidondosha nayo kwa bahati mbaya ikadonolewa na kumezwa na jogoo mkubwa wa mfalme. Tendo hili alilishuhudia mkewe Maskini ila hakulisema kwa mkewe mfalme kwa kuchelea kujiingiza katika mambo ya *ngoswe.*

Mkewe mfalme alikuja kugundua kuwa mtoto alikuwa ameipoteza pete yake jioni ile. Alipoligundua hili, alihangaika sana kuitafuta na asijue la kufanya. Katika harakati za kuitafuta, alikutana na Mama Vitumbua akiwa yuatoka sokoni. Mama

Vitumbua alimpa moyo kwa kumweleza kuwa asitie shaka maana mjini pale kulikuwa na mganga hodari ambaye angeweza kujua kama ile pete iko wapi. Mganga aliyekuwa akizungumziwa na huyu Mama Vitumbua ni yule Maskini ombaomba. Ikabidi askari wa mfalme atumwe kwenda kumleta mara moja. Alipelekwa kwa mfalme ambapo alielezwa kuhusu jukumu lililomkabili na ambalo kwalo aliitiwa. Maskini alijitia ujasiri kwa kusema kuwa hilo lingetekelezwa ila alisema kuwa mambo yake ya kiganga yeye hufanya usiku. Kwa hiyo Maskini akaomba apewe muda mpaka asubuhi yake ambapo angeweza kulileta jawabu lililohitajika.

Maskini alifululiza moja kwa moja hadi nyumbani kwake ambako alimkuta mkewe na kumweleza kuhusu hali ya mke wa mfalme na jukumu ambalo alikuwa amepewa. Maskini alimwomba mkewe ushauri wa ikiwa wapahame mahali pale kwa kuwa kutomtimizia matakwa yake mke wa mfalme ni kama kukufuru ambako adhabu yake yaweza kuwa kifo. "Tatizo limetokea. Mke wa mfalme amepoteza pete yake ghali sana aliyopewa na mfalme wakati wakifunga ndoa. Nami nimebandikwa wadhifa wa mganga. Nachelea nisipotatua kitendawili hiki cha ilipo pete hii naweza kuchukuliwa hatua mbaya na mfalme," alisema kwa masikitiko makubwa.

Wakati huu wote, mkewe Maskini alikuwa ametega sikio lake vyema ili aweze kusikia yote tena vizuri. Kusikia kisa cha pete ya mkewe mfalme, akaliona kama suala rahisi. "Mimi siendi nawe, nimechoka kupigwa kama ngoma usiku! Tena tukienda mbali huko ambako hakuna watu, si utaniulia huko?" mke akasema.

Hakuamini mume wake angekuwa mpole sana kiasi cha kumrai. "Siwezi! Nakuapia," Maskini akajibu.

Kwa hiyo akamshauri mumewe asitie shaka. Akamweleza namna alivyomwona jogoo mwekundu na mkubwa kuliko wote pale nyumbani pa mfalme akiimeza pete husika. Kwa kumweleza mumewe hivi, tatizo lake likawa limetatuliwa. Kulipokucha, Maskini akaenda kwa mfalme kama alivyoahidi. Kufika, akaomba aletwe jogoo mkubwa kuliko wote pale nyumbani na awe aliye mwekundu. Mfalme alizidhani fikra hizi za Maskini kama zilizo za kiwenda-wazimu tu lakini kwa kutokutaka kumwudhi Malkia mkewe akaletwa yule jogoo. Maskini alimchinja na kisha kuitoa ile pete kwenye utumbo wake. Kupatikana kwa pete ya malkia kuliwafurahisha sana watu wa nyumba ya mfalme ambao walijua kwa yakini kuwa sasa wamepata mganga hodari. Kwa kazi yake nzuri, Maskini alipewa tunu ambazo zilimpa uwezo wa angaa kupata alichohitaji wakati ule.

Haukupita muda mwingi; mfalme yuyu huyu akawa katika tembeatembea zake. Mara akashuka kutoka kwenye farasi wake ili aweze kuung'oa uyoga aliouona umemea kando ya ujia alioutumia. Alisahau kumfunga farasi wake. Hivyo, akakimbilia na kutokomea porini. Wadhifa wa ufalme na heshima yake vilimzuia mfalme kukimbizana na mnyama huyu porini alipoingia. Aliwatuma maaskari wamtafute bila mafanikio. Hapo ndipo ujuzi wa mganga ulipohitajika. Ilisadifu kuwa wakati farasi alitokomea porini, yule Maskini alikuwa yupo kutafuta mizizi ya kula. Alimwona yule farasi akija na mkewe Maskini akajua kuwa bila shaka atakuwa amempotea mwenyewe. Kwa kufanya utu, mke wa Maskini alimbembeleza yule farasi, akatulia, na kisha akamfunga chini ya mti akitumai mwenyewe aje ampate pale.

Maskini aliporudi nyumbani, alijiwa na mtumishi wa mfalme. Mtumishi alimweleza kuwa mfalme alikuwa amempoteza farasi wake na alitaka mganga amsaidie kumweleza kama huyo farasi yuko wapi. Wakati huo wote mkewe amejikalia jikoni kajitia hamnazo. Kwa mara nyingine tena, Maskini alikariri kuwa kama mganga mambo yake hufanywa usiku. Kwa hiyo alimwomba mtumishi amwambie mfalme awe na subira mpaka keshoye. Na ndivyo ilivyokubalika.

Kulipokucha, Maskini akaraukia kwa mfalme. Mfalme hakulala usiku ule; alimpenda sana huyu farasi aliyekuwa amepotea hasa akikumbuka kuwa alipewa na marehemu babake. Kumwona Maskini, moyo ulimdundadunda asijue kama atasema nini.

Alipofika Maskini, akampa moyo kwa kusema kuwa ameota kuhusu pale alipo farasi na kuwa yu salama. Mfalme kuelekezwa na Maskini akaenda na kumpata farasi wake salama. Alifurahika sana mfalme na akazidi kumwamini huyu mganga wake. Kwa huu uganguzi, Maskini akatunukiwa kwa mara nyingine tena. Maskini sasa alikuwa tajiri wa kutajika kijijini.

Wakati Maskini akibahatisha ufanifu wake, kulikuwa na watu ambao hawakuamini kabisa uganga wake. "Huyu bwana si mganga bali mbabaishaji tu," baadhi yao walisikika wakisema. Waliomba kutokee tukio ambalo lingeweza kumbainisha kama mrongo mkubwa. Ni wakati huu ambapo kulikuja majambazi wakapora mali kwa mfalme. Mfalme akaamua kumwita tena Maskini ili aje aseme kama vile vitu vilivyoibwa vimefichwa wapi.

Jukumu hili lilikuwa gumu na zito na lilimfadhaisha sana Maskini. Hakujua kama ajitoe vipi. Kwa mara nyingine, akaomba arudi nyumbani kwake mpaka keshoye kwa kujidai kuwa mambo yake yeye hufanya usiku. Kwa kuwa hii si mara ya kwanza kwake kusema hivi, mfalme alimruhusu. Kule kufika nyumbani aliomba ushauri kutoka kwa mkewe. Walikubaliana kuwa bahati yao ya kubahatisha imefikia ukingoni na kwa hivyo wafaa wapahame mahali pale. Wakaamua kuondoka jogoo wa tatu akiwika usiku ule.

Kioja cha Maskini hata hivyo ni kwamba, hakuwa na choo cha kuchimbwa na alijisaidia msituni. Mkewe baada ya kulemewa na tumbo la kuendesha, alisikia minong'ono ya watu. Hapo naye alitega sikio ndi na kusikiliza kila neno barabara. Aliporudi ndani, hakumweleza mwenzake. Kumbe wezi wamemwona na wakafuata kuona kama walionwa endapo kutakuwa na majadiliano baina ya mganga na mkewe. Wale wezi walioiba kwa mfalme walikuwa watatu na walifahamu kuwa Maskini mtu alikuwa mganga. Usiku ule, wakajibanza kwenye kichaka karibu na nyumba yake nia yao ikiwa ni kusikia au kushuhudia yale ambayo mganga huyu angefanya kuhusiana na ile mali waliyokuwa wameiba. Jogoo wa kwanza kuwika, mganga akatoka nje kwenda kuhakikisha kama kweli ni wa kwanza kwa kuthibitishia nyota. Akiwa nje, alithibitisha naye mwizi mmoja akatumwa asikie au aone mganga atafanya nini. Kwa sauti akasema, "Mke wangu, wa kwanza huyo; wamebaki wawili." Yeye alimaanisha jogoo wa kwanza ndiye aliyewika nao majambazi wakafikiri kuwa mmoja wao aliyeonekana ndiye wa kwanza, wamebaki wawili.

Maskini akarudi chumbani kulala naye jambazi akaenda kuwaambia wenzake kuwa yule mganga anawajua. Baadaye, jogoo wa pili akawika naye mwizi wa pili akaja aliposikia mlango ukifunguliwa na Maskini. Maskini akamwambia mkewe kuwa yule alikuwa wa pili na kwa hiyo bado mmoja. Kwa kusema maneno hayo, Maskini akarudi ndani naye mwizi akaenda kuwaambia wenzake kuwa ni kweli mganga anawajua. Jogoo wa tatu kuwika, ikawa hivyo hivyo kwa Maskini na wezi maana alisema, "Wote wameisha!"

Wezi kufikiria kuwa wanajulikana, wakaamua kwenda kumwomba huyu mganga msamaha ili asiwataje kwa mfalme. Walimwendea, wakapiga magoti ya kuomba samahani, na kuahidi kwenda kumwonyesha mganga mahali walipoificha mali ile. Kiongozi wao akaungama kwa unyenyekevu mkubwa, "Ndisi tulioiba kwa mfalme na hili wewe unafahamu tosha kwa sababu umetutaja kama wa kwanza, wa pili, na wa tatu," Maskini alimkata usemi huyu kiongozi kwa kukiri kuwa aliwafahamu kuwa ndio walioiba na kuwa tayari alikuwa anajiandaa kwenda kumwambia mfalme. Aliwakubalia kwa ombi lao la kutokutajwa na kisha wakaenda kule kulikokuwa kumefichwa mali ya mfalme. Walipofika, walikuta mali yote na wala haikuwa imeguswa kwa kupunguzwa. Yule mganga aliwasamehe wale wezi, wakafumukana kila mmoja kwenda zake.

Maskini mganga hakutaka kuvunja ahadi. Asubuhi ile, akaenda kwa mfalme na kumwambia kuwa mambo yalikuwa shwari. Maskini alimwelekeza mfalme kwenye maficho ambapo alipata mali yake yote na katika hali nzuri kwa kuwa ilikuwa haikuvurugwa hata chembe. Kwa furaha kuu aliyokuwa nayo mfalme alimwomba maskini mganga aseme chochote alichotaka azawadiwe na mfalme. Maskini alisema kuwa uganga wake ni kipawa alichopewa bure na Mungu na kwa hiyo hawezi kukilinganisha na mali ya duniani. Hata hivyo, Maskini alitunukiwa vitu vingi na maisha yakamnyookea. Isitoshe, sasa aliajiriwa rasmi kama mganga wa mfalme.

Miaka kadhaa baada ya Maskini kuidhinishwa kama mganga rasmi wa mfalme, kulitokea simba mla watu nchini pale. Watu wengi wakaja kumlalamikia mfalme kuhusu janga hilo. Ndipo mfalme akaamua kumwita mganga wake na kumtaka amwonyeshe tu kama huyu simba anayewaua watu anakaa sehemu gani ya nchi ili ifanyike mikakati ya kumwua. Huu ukawa ni wakati mwingine mgumu sana kwa maskini mganga. Kwake, likawa ni suala la siri kufichuka kuwa alikuwa mganga wa kubahatisha. Hapo ndipo alipokwenda kumwambia mkewe na kwa kuliona kama suala zito walikubaliana waihame nchi ile.

Baada ya kumsaidia mkewe kuvifungasha vikorokoro vyao. Mke alimpa sharti la kuifyeka njia la sivyo asiandamane naye. Katika kufyeka, Maskini alitumbukia kwenye shimo ambapo aliangukia mgongoni pa simba. Kutambua kuwa huyo alikuwa simba, Maskini alijua kuwa siku zake duniani zilikuwa zimekwisha. Simba naye hakujua kama alikuwa amepandwa na nini kwa ambavyo shingo yake haimruhusu kugeuka kirahisi. Mara, simba akafyatuka na Maskini mganga mgongoni! Simba alizunguka kila alikoweza na kulikoweza kuendeka. Huku kote mganga alishikilia simba ndi ndi ndi huku akiwa amejikaza kisabuni. Simba alichoka. Mzigo uliokuwa mgongoni pake ulimfanya achoke taabani.

Nyumbani pa mfalme palifurika watu waliofika kupata habari ya mganga kuhusu aliko huyu simba mla watu. Watu walianza kukata tamaa. Kwa kuhisi kama mganga amechelewa, kulitumwa askari nyumbani kwake kumleta mara moja. Askari hakumkuta mganga ila mkewe alikuwepo. Kumwuliza kama mumewe yuko wapi akasema amekwenda kwa Mfalme kumpelekea simba. Ilikuwa kama saa sita hivi askari alipopeleka ripoti kumhusu mganga; na saa moja baadaye, simba akafika nyumbani kwa mfalme mganga akiwa mgongoni. Japo wote walikuwa wamechoka hoi, simba alikuwa zaidi. Aliweza kuangushwa kirahisi na askari wa mfalme wapatao sita na kwa matumizi ya mafumo. Mganga akaokolewa.

Kwa muda wa saa nzima, Maskini hakuweza kusema neno lolote. Aliwaza na kuwazua. Kisha alisema kwamba asingenena lolote pasina na mkewe kuwa hapo. Ilibidi farasi wa mfalme atumike kumleta yule mke. Alishindwa kuelewa kama bahati yake ilitokana na kubahatisha au mkewe. Alipozungumza alisema, "Nilisikitishwa sana na kitendo cha mnyama huyu kuwaua watu wetu kiasi kwamba niliamua nimchukue mwenyewe na kumleta hapa ili watu wote wamwone." Kitendo hiki cha kiganga na cha kishujaa kiliwashangaza watu wengi. Mfalme akampa mganga huyu wadhifa mkubwa serikalini nchini pale. Maskini naye akastaafu uganga kwa sababu ya kile alichokiita umri mkubwa ila aliinukia kuwa tajiri tajika mwenye heshima kuu nchini kwao."

Hapo tena babu alimaliza ngano yake na kumsihi mwanamume kumheshimu mkewe na kushirikiana naye maana ni ubavu wake tangu ngano za kale.

Dr. Ayub Mukhwana ni mhadhiri mwenye tajriba nyingi katika ismu-jamii. Amefasiri miswada ya vitabu vingine ambavyo vimechapishwa na kampuni za uchapishaji. Kwa sasa ni mhadhiri katika Chuo Kikuu cha Nairobi.

Chozi la Pilipili

Angelina Mdari

MZEE Musa alipoona idadi ya majirani wake inaongezeka, alizidi kufadhaika. Majirani hao walikuwa ni vijana wanaume. Mwanzoni walikuwa wawili na sasa waliongezeka wengine wawili wakawa wanne.

Nyumba hiyo aliyoishi mzee Musa ilikuwa ni ya kukodi. Ilikuwa ni ploti kubwa yenye nyumba kadhaa walimoishi wapangaji. Wapangaji wenyewe walikuwa ni wa aina na tabia zilizotofautiana kama ilivyo kawaida ya wanadamu.

Mzee Musa alikuwa ameishi katika ploti hiyo kwa miaka na dahari, na wala hakuwa na nia yoyote ya kuhamia kwingine. Walakini, tangu zamani na miezi minne mitano hivi iliyopita, mkondo wa utulivu wa upangaji wake ulivurugwa.

Ilikuwa hivi; mzee mwenzake na jirani yake aliyeitwa Borea, alikuwa amestaafu. Akaamua arudi mashambani ajiunge na familia yake huko. Nyumba yake ya huku mjini akawaachia wanawe wa kivulana waikodi na waendelee kuishi hapo. Wazee hao waliagana vizuri na kupongezana sana kwa kuishi kwa amani na masikilizano kama majirani wema. Kwa miaka hiyo yote hawakukwaruzana hata mara moja.

Dunia ni rangirangile. Mambo huenda hivi yakaja vile. Mzee Borea aliwajulisha wanawe kwa mzee Musa. Aliwaeleza vile walivyoheshimiana daima na kusaidiana ilipobidi. Naye Mzee Musa aliwapokea vijana kama wanawe.

Kwa kweli nyumba au tuseme ploti za mtaa huo zilihitaji watu walio majirani kujikaza sana na kuvumiliana, ili wadumishe ujirani mwema. Hii ni kwa sababu iliwapasa kutumia vitu vingi kwa ushirika. Sio mlango wa kuingilia na kutokea mahali humo tu ambao ulikuwa mmoja, bali hata bafu za kuogea, msalani, mahala mwa kuteka maji, kufulia nguo na kuoshea vyombo. Iliwabidi watu kujipangapanga ili kuhifadhi usafi na usalama wa mazingira hayo.

Isitoshe, kwingine nyumbani mle, zile kuta zilizogawanya vyumba vya upangaji zilikuwa na nafasi mle juu. Hazikushikana kabisa na paa. Ukuta uliowatenga Borea na Musa ulikuwa hivyo. Hilo halikuwa tatizo kwa wazee hao.

Vijana wa Borea walipohamia huko walibeba virago vyao na vidubwasha vya redio na vyombo vya miziki. Walikijaza chumba ndi! Mara mabadiliko yakaanza. Redio ya vijana hao ikahanikiza kote. Muziki ulioporomoshwa humo nao pia ulikuwa ni wa sauti ya juu, pamoja na magoma makali makali.

Hali hiyo ikawa haivumiliki kwa wote na hasa kwa mzee Musa jirani yao wa karibu zaidi. Akawaita akawasihi wapunguze sauti za vinanda na redio zao. Wakamjibu, "Haya! Sawa mzee!"

Wakawa wanapunguza kidogo tena kwa muda mfupi tu, kisha badaaye wanarudia pale pale. Mzee alikereka sana. Akamtafuta mzee mwenye ploti amfahamishe mambo hayo. Aliamini kwamba kwa kuwa yeye pia alikuwa ni mzee mwenzake, angalielewa usumbufu wake. Kufika huko nako pia aligota mwamba. Alikutana na mabadiliko mengine. Mwenye ploti alikuwa ameshaiuzia mwingine. Aliwapata wakikamilisha makubaliano ya uuzaji huo.

Yule mwenye ploti mpya alisema kuwa angeyachunguza malamiko hayo. Hata hivyo alitahadharisha kuwa hangependa kuwaingilia wapangaji na tofauti zao ndogo ndogo. Mwingiliano wake na wao ni ulipaji wa kodi ya nyumba kwa wakati ufaao na utunzaji wa mali yake.

Kusikia hivyo, mzee Musa akajua kuwa hangesaidiwa kutatua tatizo lake. Huku nyuma vijana nao walizidi sana; hasa wakati wa wikendi walipotembelewa na rafiki zao vijana kama wao. Licha la zogo la muziki wangeongea kwa sauti za juu baada ya kulewa na kucheka hadi usiku wa manane.

Mzee Musa alipozidi kuwakanya wakachoka naye. Wakamtolea ufidhuli wa waziwazi. Mmoja wao akasema, "Mzee usitusumbue! Wewe uko kwako na sisi tuko kwetu. Kama muda wako wa kufurahia muziki umepita, basi tia pamba masikioni!"

Lo! Mzee Musa hakuamini ni mwana wa jirani yake Borea angeweza kutamka maneno ya kejeli kama hayo! Kumbe ni kweli vile wahenga walivyonena kuwa, 'Moto huzaa jivu'. Borea mtu bora, mpole na jirani wa kuheshimika miaka na mikaka, sasa ndiye huyu mwanaye, msi haya wala adabu!

"Kumbe ni hivyo?" Mzee akawaza." Nami kutoka sitoki! Siwezi kwenda kuanza kulipa nyumba upya pahali pengine. Najuaje kama nitawapata wengine kama hawa au wawe wabaya zaidi? Sharti tupate suluhisho la kudumu kwa hili tatizo! Asiye-kuheshimu kwa hiari ni sharti umshurutishe kwa kidari!"

Huku nyuma naye kijana alijipongezwa sana kwa kumzima huyu mzee mdaku. Alipomwona ameondoka pole pole bila kujibu neno lolote dhidi ya huo utovu wa adabu wa majibu yake, kaona ati amemaliza 'umbea' wa mzee.

Mzee Musa akaendelea kuwaza na kuwazua. Maadamu penye wazee hapaharibiki neno, mwishowe aliibuka na jawabu. Siku hiyo ilikuwa ljumaa. Alienda sokoni akanunua kifurushi chake fulani akakiweka. Jumamosi usiku, fujo ikawa ni ile ile! Marafiki tele tele, kelele, ghasia, ulevi na muziki hadi saa nane za usiku! Siku ya Jumapili ilikuwa ndiyo walalapo vijana hao, na hasa baada ya mankuli ya mchana.

Mzee Musa aliondoka akafanya shughuli zake za kawaida akamaliza. kisha akaliwasha jiko lake la makaa na kukipukutia kifurushi cha pilipili kavu iliyosagwa, akaufunga mlango wake ndi!

Akaondoka na kwenda zake.

Huku nyuma baadaye kidogo, vijana waliamshwa usingizini mwao, na moshi wa pilipili uliongilia juu, katikati ya paa na ukuta, kutoka kwa jirani yao. Waliamka kutoka usingizini wakiwashwa na pua, koo na mapafu yao. Macho yao pia yalikuwa yakitoka michirizi ya machozi yaliyo-miminika kasikasi njia mbilimbili.

Waliondoka mbio kutoka chumbani mwao na kutoka nje. Mwanzo hawakujua pale ule moshi ulipotokea. Walifikiri kwamba ni kitu fulani kilichokuwa kinateketea mle mle chumbani mwao.

Walipoweza kupumua vyema kidogo ndipo waliporudi ndani tena ili wajaribu kuokoa vyombo vile ambavyo wangeweza kuviokoa visiteketee, kama walivyodhania. Walipoingia mle ndani tena na kuangalia vyema kabisa, ndipo walipogundua chanzo cha moshi ule.

Hakukuwa na kitu chochote kilichokuwa kinachomeka mle nyumbani mwao. Moshi ule uliojaa kote kote ndani ya chumba chao, ulikuwa unatokea chumbani mwa mzee Musa. Mmoja wao alipokwenda kumbishia mzee akakuta mlango umefungwa ndi, kwa kufuli ya "sicheki na kazi!"

Vijana walighafilika. Kwao kulikuwa hakukaliki, mzee naye hayuko. Walibakia wameketi nje ya nyumba yao wakiendelea kutuliza mwasho wa moshi wa pilipili. Naye mzee Musa, alipofikiria kuwa "kazi" imefanyika vya kutosha na huenda ikawa, pengine sasa adabu itashikika, akarejea kutoka ziarani.

Alipotia kiguu langoni tu, vijana wakamwona, wakaja juu, "Mzee umefanya nini? Mbona unataka kuichoma ploti nzima? Fungua mlango wako upesi! Ulisahau kuzima jiko na vitu vyako vinaungua humo ndani! Tazama moshi umetanda hadi kwetu na hatuwezi kuingia humo!"

Hawa walikuwa wavulana watatu walioiva macho kwa ajili ya moshi wa pilipili. Walikuwa wanamsemesha mzee kwa hamaki, wote watatu kwa pamoja. Mradi kila mmoja anasema lake.

Mzee hakunyanyua mguu kuusogelea mlango wake. Alisimama pale pale alipofikia wakati vijana walipoanza kumrushia maneno. Akaikunja mikono yake kifuani mwake. Polepole akawatulizia vijana macho. Aliwaangalia kama mtu asiyeelewa lugha aliyokuwa anazungumziwa nao.

Vijana wakamshangaa huku bado wanamhimiza aufungue mlango wake aiondoe hiyo kero. Walipoona kuwa hawampigishi mshipa wowote wakanyamaza. Naye mzee sasa akawajibu kwa kusema. "Mbona mnaingilia mambo ya nyumba yangu? Ninao uhuru wa kupika kile nitakacho kama vile nyinyi mlivyo na uhuru wa kufanya fujo wakati wowote mpendao. Sote tuna uhuru!"

Mara vijana wakang'amua kuwa moshi ule ulikuwa ni wa maksudi tu. Hakuna kitu chochote kilichokuwa kinateketea mle ndani! Mmoja wao aliyekuwa na akili akabadilisha "mahadhi" ya "wimbo" wao. Akaja kwa matao ya chini na kusema, "Mzee wetu bwana kumbe ni hivyo? Tusamehe babu. Fungua mlango utuondolee baa hili!!" Mzee Musa akauliza kwa mastaajabu, "Ala! Mbona tuna-sumbuana jamani? Mko kwenu nami niko kwangu! Ikiwa chakula ninachokipika kinawaudhi mbona msizibe pua?"

Kijana aliyekuwa amemtolea mzee Musa ufidhuli akimwona kuwa yeye ni mzee na mjinga, akaona aibu tele. Akainamisha uso wake. Akawa anasema chini kwa chini, "Si hivyo mzee! Acha bwana!"

Mzee Musa akajifanya kama kwamba anageuka arudi huko alikotoka. Vijana walitoka shoti wakaenda kumsihi asiende bali aufungue mlango wake, awaondolee usumbufu ule. Kwani sasa waling'amua kuwa bila shaka yoyote, Mzee Musa alijua vizuri sana kile kilichokuwa kinaendelea ndani ya nyumba yake.

Hakuna mtu yeyote mwenye kupewa habari za nyumba yake kuteketea na akose kushtuka. Mzee Musa alirudi lakini hakuufungua mlango wake. Alisimama tu akawaangalia vijana wale waliokuwa wakibabaika.

"Tafadhali mzee, hebu tuongee!" mmoja wao akasema.

"Tutaongeaje nikiwa nimesimama?"

Angelina D. Mdari ni gwiji wa Kiswahili na mwalimu wa shule za upili kwa siku nyingi. Mbali na kuwa mwandishi wa fasihi za watoto, Bi. Mdari ameandika vitabu vya kozi, kwa shule za upili kwa ushirikiano na wengine.

Kadhia ya Sikujua

Edwin Masinde

KATIKA kijiji cha JONGOMEO, Bwana SIKUJUA ni maarufu, tena mashuhuri. Umaarufu wake unatokana na sababu kwamba alikuwa kiongozi na mtawala mheshimiwa. Aidha, ndiye aliyekuwa wa kwanza kufanya harusi katika mkoa wake. Vilevile, visanga ambavyo vinaendelea katika familia yake sasa havina kifani.

Mke wake wa kwanza ni REHEMA na wa pili ni JUHA. Bi. Rehema hatoki kabila moja na bwana Sikujua. Kwa sababu hii, amechukiwa na ukoo mzima tangu mwanzo. Ingawa amejitoa mhanga kuishughulikia aila nzima ya bwana Sikujua, asante imekuwa ni mateke ya punda. Mathalan, wazazi wa bwana Sikujua walianza kuwa na 'Baba' hata kabla yaye kufikisha umri wa makamo. Hivyo, jukumu la kuwalea nduguze likawa la Bi. Rehema. Aliwashughulikia kwa ukarimu, heshima na bila kubagua, lakini ukweli ulidhihiri kwamba 'ukilea asiye wako, ujue nguvu zako zapotea bure'. Kazi yao kuu ilikuwa kunung'unika, inda na fitina. Hakuna aliyerudisha wema aliotendewa.

Kwa sababu ya kujongewa na nduguze pamoja na wanaila katika janibu zake, bwana Sikujua alikuja kuthamini sana mashauri yao dhidi ya Bi. Rehema. Hiki kikawa kiini cha kumuoa mke wa pili, Bi. JUHA. Watoto wa Bi. Rehema ni Staha na Binti Baraka. Nao wa Bi. Juha ni Kazibure na Binti Hiana.

Bwana Sikujua alikuwa kipenzi cha watu alipokuwa mratibu katika maghala ya Halmashauri ya Nafaka kule Chava. Alidumisha mtagusano mzuri na umma na mlahaka mzuri ulimwinua kihadhi. Sifa zake zilienea kote kama moto kichakani.

Watu wa Jongomeo walimtafuta kwa udi na ambari ili atawazwe kuwa naibu wa Chifu. Kwa hakika jina zuri hung'ara gizani. Aliwashinda wapinzani wake bila kijasho licha ya juhudi mufti zilizofanywa kumpiga chenga za maudhi. Nyota yake ilizidi kung'ara kwa sababu ya uaminifu wake kazini. Aliwajibika kazini na kuwatendea wananchi haki. Alikuwa mpole na mshauri wa watu. Jambo hili lilikuwa chukizo kwa wengi katika jamii ambao kwa kawaida ni wazandiki na waamini katika nguvu za mlungula. Alipandishwa cheo akawa chifu wa eneo lake.

Alipong'atuka uongozini, raia bado walikuwa na imani naye. Aliteuliwa diwani kwa mihula mitatu mfululizo. Katika baraza la wilaya yake, wenzake walimteua mwenyekiti wao bila kupingwa. Alipostaafu kutoka siasa watu wa eneo lake walikuwa wanamumezea mate kuwa mbunge wao. Waama kweli wa stara hasumbuki! Nguzo kuu katika familia na ufanisi wa Bwana Sikujua ni Bi. Rehema. Yeye ni mcha Mungu, mwenye mkono wazi, msaidizi wa watu wote na asiye na kinyongo. Hulka yake iliwafanya watu kumpigania na kumtetea bwana Sikujua wakati wa jua na masika. Katika kuwakaribisha watu huwa tunawakaribisha malaika wa Mungu bila kujua. Kwa hakika chanda chema huvikwa pete!

Kisichofanana na mwenyewe ni cha kuiba. Watoto walifuata nyayo za wazazi wao wakawa kama shilingi kwa ya pili. Tokea utotoni, watoto wa Bi. Rehema walikuwa wakirauka wakati wa majogoo kwenda kuchuma mboga kusudi waende kuchuuza kabla ya kwenda shuleni. Soko lilikuwa umbali wa kilomita kumi. Walielewa fika kwamba "Chetu si changu". Cheo cha baba yao hakikuwavimbisha vichwa.

Wakati wa chakula cha mchana, Staha mbio mbio alikuwa akiwapeleka ng'ombe mtoni kabla ya kurudi shuleni. Baraka naye alikuwa akikimbia kisimani kuteka maji. "Unakumbuka mwalimu alituambia kutii ni bora kuliko utumwa? Ni vyema tuwatii wazazi wetu na wakubwa wote." waliambiana.

Wakati wa likizo, hawa vijana wawili walikuwa wakitafuta vibarua ili kuchangia malipo ya karo zao. Walishiriki kazi za sulubu na hawakujua maana ya starehe wala anasa kama watoto wa kiongozi. Katika msingi huu, waliumia lakini pia walinufaika. Waliandaliwa kuwa watu wa kuwajibikia matendo yao, kujitegemea na wajenzi wa jamii. Walijifunza kwamba kitu ulichokitolea jasho ni muhimu kukitunza. Aidha, wamejifunza namna ya kujiheshimu pamoja na wanajamii na vitu vyao. Staha naye alisema, 'Tulifundishwa juzi katika fasihi simulizi kwamba umoja na ushirikiano yalikuwa maadili mema na muhimu sana. Ngano nyingi zilifunza hayo."

Staha alisomea shule ya upili ya Kutwa. Alikuwa akitembea jumla ya kilomita thelathini kila siku. Chakula chake cha mchana kwa kawaida kilikuwa mapera aliyoyachuma msituni akiwa njiani maana muda usingemruhusu kukimbia nyumbani kupata chamcha. Mara kwa mara, wenzake walimhurumia na kumgawia chakula chao. Nyakati zingine, alipita maeneo ya jiko na kujiburudisha kwa chakula kilichosalia na kutupwa jaani au kwa ukoko. Hali hii haikuwa kikwazo kwake. Alipata msukumo wa kujibidiisha masomoni. Alifaulu mtihani wa kidato cha pili na kijiunga na shule maarufu ya bweni katika mkoa. Kwake, maisha yalianza katika kidato cha tatu. Ama kweli, mvumilivu hula mbivu. Siku hupita ama haraka. Mwone Staha, sasa kamaliza chuo. Staha alifululiza hadi chuo kikuu alikopata shahada tatu za kutajika.

Staha amekuwa wa msaada kwa bwana Sikujua na wanajamii wengine. Alilinusuru shamba la mzee ambalo lingenadiwa kwa sababu ya mkopo wa A.F.C Pia, amekuwa akishughulikia matibabu ya babaye katika hospitali tajika humu nchini. Aidha, amekuwa akisaidia watoto kutoka jamii maskini kupata elimu, licha ya kuwasaidia wanajamii wengine kwa njia moja au nyingine. Ni jamaa mnyenyekevu na mstahimilivu.

Hata hivyo, baina ya nyumba ya Juha na Rehema kuna nuksani nazo zimejitenga kama ardhi na mbingu. Nyumba ya Bi. Juha ni kielelezo mwafaka cha mtoto umleavyo ndivyo akuavyo. Yeye ni mfano wa maajabu ya Firauni. Kuja kwake kumeifanya familia ya bwana Sikujua kuwa maarufu kwa sababu ya vioja. Anaongozwa na chuki, ukatili, husuda na ubahili. Ana uso mkavu na moyo wa chuma.

Mara tu alipofika kwa bwana Sikujua, mafuriko ya kila aina yaliachiliwa. Watoto wa Bi. Rehema walipolipiwa karo ya shule, Bi. Juha alisingizia maradhi hatari ya kumtoa uhai kwa lengo la kulazwa hospitali ili pesa za Bwana Sikujua ziweze kutumika kwake pia. Aidha, alihakikisha kwamba mzee hatoi msaada wowote wala kuonyesha upendo kwa familia ya Bi. Rehema.

"Roho inanitoka jamani! Mi nafa sina wa kunipeleka kwa mganga," alilia. "Kisha, si uchukue kwenye hizo pesa uninunulie samaki na soda mimi mgonjwa mume wangu? Mapenzi gani ya mke kuugua bila kula vizuri nawe?"

Wino wa Mungu haufutiki. Aliumba viungo vya mwili na kukipa kila kimoja mahala pake na majukumu mahsusi. Kichwa hakiwezi katu kuwa miguu na katu kuwa mboni za macho. Mwerevu hajinyoi. Bi. Juha alitwaa nafasi ya kichwa cha familia ya Bwana Sikujua. Serikali ilipinduliwa kwa kishindo kikuu. Tangia siku hiyo, vishindo vya baridi kali vikawa na mtetemo mkali kwa wanakondoo wenye manyoya haba; si wakubwa, si wadogo. Kwamba zilikuwa zikikatikia pembamba kila wakati huku mkuki ukiwa mtamu kwa nguruwe lakini mchungu kwa binadamu. "Mwenzangu na wanawe wanawatazama wanangu kwa kinyongo, mbona usimwondoe huyu Rehema arudi kwao? Kama ni watoto nimekuletea wazuri bwana!" aliendelea kuchoma.

Ilibainika kwamba kichwa cha gari moshi kilipoachilia nafasi yake, njia ya reli haikufuatwa tena. Familia ya Bwana Sikujua ilianza kusambaratika kihadhi, kiuchumi na kimaadili. Neema ya Mungu ilitoweka kupitia dirishani huku ufanisi ukiwa mapisi ya kusimuliwa katika vinywa vya kumbukumbu za wavyele. Ikumbukwe kwamba mtu mmoja anapolaaniwa katika familia kwa kuvunja miiko na desturi huathiri kila mtu katika jamii hiyo. Kinyume chake hutokea iwapo mwanajamii huleta baraka kwa kutenda mapenzi ya Mungu vilivyo. Mungu si Athumani au binadamu wa kubadili nia. Mbegu za chuki, uonevu, unafiki, ulaghai, ulevi, ushirikina, uzembe, ufisadi, unyonyaji, usaliti na utovu wa maadili kwa jumla zilianza kuota mizizi katika familia ya Bwana Sikujua.

Baraka na Hiana walisomea shule moja ya bweni. Bi. Juha alihakikisha kwamba baba yao alipowatembelea, Baraka hakupata fursa ya kumzungumiza wala kukidhiwa mahitaji kama alivyoshughulikiwa Hiana. Jambo hili lilimshitua na kumshangaza kila aliyemjua Bwana Sikujua. Kwa kweli asiye na haya na kujitwika hamnazo hucheza ngoma apendavyo. Baraka alipomkimbilia babake kwa kujaribu kumfurahia na kumkumbatia, mzee alimkemea na kumfokea mbele ya wenzake. Hatua hii ilimuaibisha na kumshusha moyo. Rehema hata hivyo alikuja haraka na kumwepusha mwanawe kero zaidi. "Msamehe, bado mimi nakupenda. Ni kosa limetokea tu," alimrai.

Hiana alishughulikiwa kwa hali na mali. Ama kweli mtoto wa nyoka ni nyoka. Mama anapomweleka mtoto, yeye hutazama kisogo chake! Hakuna sifa za uzuri kama wa malaika ama malikia ambazo hakupewa na mamaye, nasaha bora aliyopata kwa mama mzazi. Mtu huzaa neno likawa kubwa kumshinda. Hiana alikuwa akipandwa sumu na mamake. Lakini asiye na wake ana Mungu wake. Baraka alipendwa na kila mtu shuleni kwa upole wake, bidii na uadilifu. Hiana naye alitengwa na kuchukiwa kwa sababu ya ujeuri, uzembe, kidomodomo, kiburi, madharau na kuwa na mkono mrefu. Hakusita kujitetea, Mnanionea gere kwa kuwa nina uzuri ambao hamna!" aliringa.

Matokeo yalipotangazwa, Baraka alipata alama za juu katika kiwango cha kitaifa. Lakini kwa sababu ya kudekezwa wazazi, Hiana ndiye alishikilia mkia katika darasa lenye awamu tano. Badala ya mamake kuzingatia mienendo ya mwanawe isiyofaa, alimtetea bintiye kwa kudai kwamba mamaye Baraka alikuwa akimwendea kwa waganga wa kienyeji ili asifaulu kama Baraka. Aidha, alidai kwamba walimu walimpendelea Baraka na hata kumwibia mtihani wa kitaifa. Hakutilia maanani rai kwamba ajizi ni nyumba yenye njaa na majuto ni mjukuu. Baraka sasa ni miongoni mwa mabinti watajika katika uongozi wa nchi.

Kinyume na alivyotendewa Staha, Kazibure alishughulikiwa kwa hali na mali na baba yao. Tokea

shule ya chekechea, baba alimtafutia shule ambazo
ni za kiwango cha tabaka sifika katika jamii. Mzee
alikuwa radhi kugharamika kwa vyovyote vile. Licha
ya juhudi hizi zote, Kazibure hakuweza kufanya
vizuri masomoni katika viwango tofauti. Sawa na
dada yake, Kazibure alikosa uwajibikaji, heshima,
unyenyekevu na utu. Hulka yake ilisheheni unafiki,
usaliti, ukatili, ukupe na kulaza damu. Baba aliuza
ng'ombe na shamba ili kumnunulia kazi. Ingawa
mpango huu ulifaulu, Kazibure hajafanikiwa kazini
kwa sababu yeye hukumbwa na vikwazo pamoja na
mikosi ya mara kwa mara.

Kwa sababu ya kuegemea ushauri wa mamake,
imekuwa vigumu kusimamisha ndoa yake.
Amewahi kuoa mara kadhaa lakini wakeze hutoroka
katika mazingira yasiyoeleweka. Kazibure hajawahi
kumakinika wala kuwajibika kuacha pombe na bangi
ambayo alivuta mara kwa mara. Anaongozwa na
roho ya unyakuzi, unyanyasaji, ukatili, unyonyaji,
fitina na propaganda, chuki, utengano, madharau na
ukora. Kutokana na shinikizo pamoja na ushauri wa
Bi. Juha, Mzee Sikujua aliwagawia mali Kazibure na
Hiana huku akiwatenga kina Baraka na Staha. Bi Juha
alihakikisha kwamba mali yote ya mzee ni yake. Hata
maduka ya biashara ambayo Staha na Baraka
walijenga kwa kujitolea na kujinyima sasa
yalinyakuliwa. Ni yeye aliyekusanya kodi kila
mwisho wa mwezi bila kumgawia hata chembe Bi.
Rehema.

Katika siku za hivi karibuni, Bi. Juha alimchochea Mzee Sikujua kumfurusha Bi. Rehema kutoka katika boma la mzee. Aidha, amemchochea mzee kulaani watoto wa Bi. Rehema na wajukuze. Kiini chake ni kwamba familia ya mama Rehema imebarikiwa, kuheshimiwa na kupendwa na kila mtu. Aidha, Bi. Juha anadai kwamba familia yake imelogwa na mama Rehema. Haya yote yalifika kileleni siku za hivi karibuni ilipogunduliwa kwamba Kazibure alikuwa ameachishwa kazi kwa kushiriki katika shughuli za ufisadi na ujambazi. Alipewa adhabu ya kifungo cha maisha gerezani. Uchunguzi wa awali ulionyesha kuwa aliuza mafuta ya gari na hata kudai kampuni mali bandia.

Mali waliyopewa bila kuitolea jasho ilinadiwa. Vile vile, baadhi ilikuwa imeuzwa kisirisiri na hawa vijana wawili ili kushiriki ulevi na anasa za kila aina. Kwa hakika, wahenga hawakukosea waliposema kwamba kila mchimba kisima huingia mwenyewe. Siku zimepita na mwone Sikujua akiomba msamaha, "Nisamehe mke wangu Rehema, nilikuwa juha, sikujua!"

Dr Edwin Masinde ni mwalimu wa fasihi na isimujamii katika Chuo Kikuu cha Kenyatta. Ingawa ndio mwanzo anatia guu katika hadithi fupi; ameandika vitabu na makala mengi ya fasihi na isimujamii.

Kusalitika Kwa Moyo

Jonathan Mutie

WANJA alikuwa kaketi na kulitazama kaburi ambalo lilikuwa bado bichi. Mawazo yake yalitoroka na kurejelea yalikoanzia. Zamani, zamani sana alipokuwa kinda.

Alikuwa amezisikia sifa tele za jirani yake ingawa bado hakuwa amemtupia jicho kwa muda mrefu kwani alisemekana kufanya kazi mjini Nairobi. Tetesi zilisema alikuwa sio tu mwenye bidii za mchwa lakini pia mtanashati, mkarimu na mwenye usuhuba mzuri na watu wengine. Hilo hakuwa na shaka nalo maana kwa rijali kama yeye kuwa amejijengea nyumba nzuri ya vyumba viwili, mmiliki wa ng'ombe na punda wawili; bila shaka alipita matarajio ya wengi kijijini pao.

Hata hivyo, kitendawili cha ikiwa alifanya ajira gani ndicho kiliwasakama wengi. Mara wapo waliosema alikuwa sonara, mara mekanika na hata kwamba aliajiriwa katika biashara za 'baniani mbaya kiatu chake dawa' mmoja wa wale ambao hawatasita kukupa kigari au baiskeli kwa kiinua mgongo mara ukistaafu. Kwamba ilikuwa nadra kwa huyu jirani yake Wanja kuja nyumbani kulifanya mambo kuwa magumu kama saruji na changarawe. Ukweli kumhusu ulijitenga kama ardhi na mbingu. Ajabu ni kwamba maisha ya Simon yaliwavutia wengi na wazazi wengi wangesikika wakiwazomea wanao na kuwanasihi kuiga mfano wake. Simon alikuwa mwumini wa kanisa la *The Waters Jesus Revival Centre* (bila kujali ufaafu wa jina lenyewe au la) na hili lilimpa sifa zaidi si haba. Kati ya waliomuenzi mno alikuwa Wanja.

Baada ya mtihani wa kitaifa wa KCSE ambako Simon alipata alama ya B, alama moja tu chini ya ile ambayo ingemwezesha kujiunga na chuo kikuu cha kitaifa, Simon alitoweka na kuzama kwenye giza totoro la ulimwengu asijulikane alikokwenda! Mara tetesi zilisema alijiunga na chuo anuwai. Flora ndiye aliwahakikishia wanakijiji kuwa Simon alikuwa akisomea mjini ingawa uvumi ulifika uliodai kuwa aliacha kusoma baada ya uchechefu wa karo baada ya miezi miwili ya kujiunga na chuo. Uchochole wa wazazi wake uliunga mkono kauli ya ukosefu wa karo na karamu waliyoizoea wao ya kula njaa kila uchao ikawavaa vauvau kama ibada. Baada ya kitambo, Simon alisahaulika na watu na kukawa kimya.

Wanja kwa upande wake alikuwa kamaliza kidato cha nne na kama mwenye bahati ya mtende, akajiunga na chuo anuwai cha walimu cha Eregi. Ingawa hakuipenda kazi ya ualimu, hakuwa na budi maana lisilobudi hutendwa. Alizoea kuona uchechefu wa walimu wake waliochumia chungu mekoni naye alikuwa ameapa katu kutokuwa mwalimu. Alienda kwani jaalia lilimsukuma huko naye shingo upande akasalimu amri.

Husema mambo kangaja huenda yakaja. Wanja alianza kuwaza juu ya Simon; mwendani wake wa utotoni. Alielemewa si kidogo na wazo la kutaka kumwona; hasa baada ya kufuzu cheti cha ualimu Eregi, halikumpa utulivu. Ilisadifu kuwa habari haba zilikuwa zimeanza kuchibuka tena juu ya Simon. Simon alikuwa ameanza ujenzi wa duka hapo kijiji pao.

Jumapili fulani, Simon alitokeza kanisani ghafla. Wanja alikuwa kapata kazi ya ualimu katika shule ya msingi, Kahuho ingawa haikuwa kazi ya kudumu. Alitegemea hisani ya wavyele wa shule na imani ya mwalimu mkuu na wakati mwengine hakupata chochote. Mwalimu mwenzake wa kiume, Mwangi, alijaribu kumchumbia lakini hiyo ilikuwa sawa na kuliambia jiwe litoe maji; Wanja alimpuuzilia mbali pasipo na kujali utajiri aliokuwa nao Mwangi. Juhudi za Mwangi za kutumia fedha kama chambo zilishindwa kumvua Wanja ambaye alidinda ndi. Ambacho Wanja hakufahamu ni kwamba alikuwa kidosho kwelikweli na wajihi wake uliwaatia kiwewe nyoyo wengi wa jinsia tofauti na yake.

Simon alipoingia kanisani hakuonyesha dalili ya kumtamani Wanja wala kuwa na hisia naye. Alikaa penye utakatifu na hata siku aliyofika, alimsikiliza mhubiri bila kujali kuwa jirani yake kwenye benchi alilokalia alikuwa huyohuyo Wanja. Haidhuru! Kipenda moyo hula nyama mbichi, Wanja alipiga dua kuwa sharti leo hii atamtia Simon kwenye kiganja na ubawa wake.

Simon alikuwa kama ndio mwanzo kamwona Wanja, baada ya ibada.

"Hujambo Wanja! Ni muda tangu… Hali?" alimwuliza.

"Sijambo. Umepotea! Yaani watu wakienda mjini hawarudi vijijini! Nairobi ni pango ama jela?" alimtania Wanja.

"Kazi, kazi, kazi, kazi nyingi," Simon alijibu huku akiondoka.

"Nadhani hurejei mjini sasa! Vipi, karibu ijapo kwa kikombe cha chai kisha ujitokomeze humo mjini mwenu! Kijichumba changu cha kukodi si mbali na hapa!" Wanja alimweleza.

"Kijichumba chako? Una maana hauko tena kwa wazazi wako? Ama ulipata jiko?" Simon alidadisi zaidi, hali iliyomfanya Wanja kudhani kuwa Simon alikuwa amesalitika naye kuliko alivyodhani na sasa ndio ilikuwa ndoana ishike.

Mazungumzo yao marefu yalikwishaanza kuweka waumini wenzao waliotaka nao wapate fursa ya kunena na 'mwenzao' kero. Wanja alizidi hata hivyo kumwagia Simon kauli zake.

"Nimeajiriwa na wazazi," alisema.

"Sawa!" Simon alijibu kabla ya kusihi apewe muda wa kuwasalimu waumini wengine ijapo kwa muda mdogo kabla ya kuandamana na Wanja.

Nyumba ya Wanja ilikuwa kasri kweli. Ilibidi mtu amakinike ili asivuruge kitu maana hapakuwa na nafasi hata ya kunyoosha miguu bila kukanyagana au kukanyaga vitu au kuangusha sufuria iliyoatikwa kwenye jiko. Hapakuwa na hewa na mapishi yalimfanya mgeni kutaka kukalia nje.

"Simon, wajua tangu siku zile za tulipokuwa vijitoto na vikamasi, moyo wangu umesalitika na sijaacha kupiga dua ya kwamba tutakuja kuzugumza kama sasa hivi na kutimiza ndoto za utu uzima! Wajua hata hamu ya kumpenda mwanamume mwingine... sina?" Wanja alianza hotuba yake.

Hakujua Simon angejibu namna gani lakini alikuwa na tumaini aingevutika kwake.

"Nimekuwa na hisia hizo pia. Ndiposa nikaona niitikie mwaliko wako leo. Wajua kila siku niko kazini tu mwenzio," Simon akasema huku akimsongelea Wanja hata zaidi ingawa nafasi yenyewe ya kusongea haikuwepo kwenye kibao walichokiita kiti.

Mwaka umepita tangu siku hiyo na mishororo na beti za mapenzi zimebadilishwa kupitia rununu tangu. Aprili 2007, ni mwaka wa mengi kwa Wanja. Ilikuwa siku ya kwenda kumzuru Simon Nairobi. Alikuwa kasalitika si haba na alichosubiri ni kupandishwa madhabahuni huku kengele zikipigwa na maua kupokezanwa. Aidha alijiambia angetafuta shule ya kibinafsi mjini na kuhamia huko ikiwa ndoto yake itajibu.

Lo! Visa na vituko vya makundi haramu vilianza kuripotiwa kuongezeka Nairobi na viunga vyake wala hapana taarifa iliyoripoti kinyume. Wanja alishindwa kuamini habari za redio, runinga na magazeti zilizosema binadamu waliwachinja wenzao kama mbuzi na kula nyama yao au hata kuinywa damu yao kama hayawani. Hizi bila shaka aliziona kama porojo na propaganda za wana habari.

Simon aliishi Mathari Kaskazini. Chumba chake kilikuwa kidogo kuliko cha Wanja na mwenye nyumba hakupatikana pale isipokuwa siku kama ya leo kwani mgeni alikuja. Hata hivyo, hakuchukua muda kabla ya kutaka kurejea kazini. Alikuwa humo kwa nadra na muda alioketi ndani na Wanja ulikuwa wa kuhesabika dakika. Mapishi yaliliwa kwa kasi na mazugumzo na mwenyeji wake yalikuwa mafupi mno.

"Labda ni kazi tu. Yataisha," Wanja alijiambia.

Siku hiyo Simon alisalia 'ofisi' karibu akose kufika nyumbani. Aliporejea hata hivyo, alikuwa kaandamana na watu wengine. Baada ya salamu fupi, walizama kwa soga yao. Walijadili mada za ukosefu wa ajira, kusoroteka kwa biashara na uchumi pamoja na vijana kutamaushwa kutokana na pesa za vijana kujikimu zilizokuwa adimu mbali na uskwota ambao walisema ulitokana na unyakuzi wa ardhi.

Kilichomkera Wanja hasa ni hulka ya wageni wa mchumba wake; hawakuvalia rasmi kama wafanyakazi wa kimji aliowajua Wanja. Walivaa tishati chakavu, suruali za jinsi zilizoparara na kuchujuka na kwa ujumla maongezi yao hayakuonyesha dalili za urazini wa wafanyakazi wastaarabu. Wanja alishangaa zaidi alipowasikia wakitaja vitu kama, 'damu, kafara, yamini na usiku wa manane' pamoja na 'mahali pa mikutano'.

Usiku huo baada ya kuondoka jioni hiyo, Simon hakushika simu Wanja alipopiga wala hakurudi nyumbani. Wanja alijiambia huenda Simon alihudhuria mikutano aliyosikia ikitajwa.

"Ama Simo anafanya na U.N Gigiri ingawa hajaniambia! Anangoja kunishangaza na habari? Huko ndiko sana sana watu hufanya mikutano hadi usiku!" alijiambia baina ya wasiwasi na kusadiki. Moyo hata hivyo ulisalitika na kusadiki kuwa lazima Simon alikuwa mtu mkubwa sana kazini na ndiyo sababu ya kukesha kazini.

Katika usiku mkuu, Wanja alijinyanyua kutoka kitandani na kufungulia runinga maana usingizi ulimwambaa hapo tangu. Alitazama CNN, Aljazeera, Channel 2 na zingine lakini hakuona chochote cha kuvutia. Na hapo ndipo taarifa kuu ilipomnasa kama ndege kwenye ulimbo.

"Polisi wa Kenya wavamia mtaa wa Mathari Kaskazini kutwaa silaha haramu na kuyakabili magenge haramu. Tukio hili linafuatia kisa cha afisa wa polisi kupigwa na kuporwa bunduki na hatimaye kumalizwa," taarifa ilisema.

Wanja bila kujua aliingiwa na hofu ya mchumba wake. Baridi kali ilimwingia kwenye mapafu na kuanza kumtekenya. Nafsi yake ilisalitika baina ya taarifa na Simon asijue afanye lipi. Taarifa zilizofuatia baadaye zilimwongezea wahaka.

"Magenge kadha yameuawa baada ya kupatikana yakilishana yamini katika ganjo linalojengwa na kuachwa na Wabeberu. Vitu kadhaa pamoja na wanyama waliochinjwa vilipatikana. Bado uchunguzi unaendelea…"

"Hapana!" Wanja alijipata kapiga yowe. Majirani waliofika ndio walimzidua. Walimhakikishia kuwa mwenzake kaenda safari isiyo na mwisho na ilikuwa heri kukubali hatima ya Mola.

Alipopata fahamu, Wanja alikusanya vyake na kuukomelea mlango akarudi kwao hali kungali kiza. Karibu na kwao, alipokelewa na kwi kwi kwi za majirani na moyo wake ambao ulikuwa tayari umesalitika haukuwa na budi kung'amua yasiyong'amulika. Giza la asubuhi lilimmeza. Aliketi hapo kungoja macheo ijapo aone vyema yatakayofuatia. Bila maua, bila chozi, bila hisia, Wanja alijipata hapo alipoketi; kulitazama kaburi la mwizi wa moyo wake na sasa naye kaibiwa. Jua likatua asubuhi. Kusalitiwa...

'Twende nyumbani mama, kesho waza na akili usiwaze na moyo. Moyo mdanganyifu," Mamaye alimwamsha.

Jonathan Mutie anahitimisha shahada ya uzamifu (M.A.) katika chuo kikuu cha Daystar. Kwa sasa ni mwalimu wa Kiingereza katika shule ya upili, Light Academy Boys, Karen.

Anga Kavu

Evans Mbuthia

TUKAI alilala mapema sana. Usingizi haukuchukua muda kabla ya kumpiga mweleka. Mara alijipata amelala fofofo. Mchana kutwa alikuwa akitembea na mifugo wake kutafuta lishe na maji yaliyohitajika na mifugo wake. Uchovu wake haukutokana na kutembea kilomita thelathini alizozitembea siku hiyo bali pia kutokana na mawazo mengi yaliyomsakama kutokana na dhiki ya ukame. Alipatwa na jinamizi la ajabu. Alijikuta kalala majanini kutokana na uchovu mwingi aliokuwa nao. Chatu mkubwa aliyemeza mbuzi wake alikuja pole pole na kujipumzisha kando yake, jambo ambalo lilimfanya kuamka kwa fujo ili kujisalimisha. Alipoamka alihuzunishwa sana na ndoto hii kwa sababu alielewa vyema kuwa tukio hili la ndotoni linaweza kutokea kikweli.

Mifugo wake walikuwa wamefutwa kabisa na ukame. Kutoka ng'ombe mia mbili Tukai alikuwa amebakiwa na ng'ombe ishirini na watano. Mbuzi wake ambao walikuwa mia tatu sasa walikuwa wamebakia hamsini na watatu. Janga hili lilimfanya kushuka moyo sana na maisha ya hapo mbeleni aliyaona hayana matumaini kabisa.

Wenzake katika manyata jirani pia walikuwa na masaibu kama yake. Mzee Leposo alikuwa amevimba miguu sana baada ya kutembea kilomita nyingi bila kufanikiwa kupata chakula cha kutosha cha mifugo yake. Katika manyata ya mwisho, Sankale alikuwa anajipumbaza na matumaini kuwa kesho itakuwa siku bora, pengine mvua itanyesha na kupunguza masaibu yaliyowakodolea macho.

Walishaji hao walikuwa wamehamia eneo hilo kutoka wilaya yao ya kawaida baada ya makali ya ukame kuzidi na ikawa bayana ya kwamba wasipohama na kutafuta chakula cha mifugo basi wangelipatwa na hasara kubwa sana.

Mifugo walikuwa wamekufa kwa wingi sana. Watu walikuwa wamefadhaishwa sana na janga hilo. Eneo hilo lilikuwa limetapakaa mizoga ya mifugo; si mbuzi si ng'ombe si punda ilimradi taswira ya eneo hilo ilikuwa ya kutamausha yeyote aliyeishuhudia. Harufu kali ya kuchukiza ilihanikiza eneo hili na kualika tai, nzi na makundi ya fisi wakati wa usiku. Mbwa walivamia mizoga hii na kulazimika kuwainga tai ambao pia walikuwa wanashuka na kutafuna kabla ya kupaa juu wakiona wanakabiliwa na mbwa wakiwa na chakula cha kutosha.

Baadhi ya wanakijiji waliwauza mifugo wao kwa wafanyi-biashara kwa bei za chini sana. Waliona heri nusu shari kuliko shari kamili. Lakini wengi waliona si busara kufanya hivyo kwa kuwa iwapo wanyama wao wangevuka salama kiangazi hicho basi wangelipata bei za kuridhisha kwa rasilmali yao. Baadhi ya wafugaji hawa walisikikana wakipanga miradi ya kuanzisha kilimo cha kupanda chakula na mimea mingine. Walionelea kuwa iwapo wangefunzwa mbinu za kuhifadhi maji ya mvua basi wangeyatumia kwa unyunyizaji wa mashamba yao. Walimtuma Ole Morompi kutembelea wilaya jirani ili kujifunza taaluma hii.

Walitumainia kuboresha maisha ya wanakiji ambao wengi wao walikuwa hawana elimu kwa kuwa kilimo cha ufugaji kilikuwa sasa hakiwezi kutegemewa tena kutokana na ukame mwaka nenda mwaka rudi. Hali hii ilikuwa imesababisha uchochole na kuwafanya watoto wengi kuacha masomo kwa sababu hata chakula kilikuwa kikipatikana kwa dhiki kubwa mno.

Safari yao ya kutafuta lishe ya mifugo wao haikuwa rahisi. Walilazimika kuamka mapema sana na kuanza mwendo. Makundi tofauti yalielekea maeneo tofauti. Tukai na wenzake wawili walielekea upande wa jiji kuu. Safari hii ilijaa majaribu mengi sana kama vile kukanyagwa kwa mifugo wao na magari barabarani. Kuzomewa na wanakijiji ambao walihofia mashamba yao yataingiliwa na msafara huo wa ng'ombe elfu kwa nyingine. Hatari nyingine ilitokana na wezi ambao walikuwa tayari kuwavizia na kuwanyang'anya mifugo wao. Mambo yalikuwa magumu sana. Hata hivyo walianza kuamini ya kwamba watafika maeneo yenye lishe kwa mifugo wao na kuwaokoa kutokana na dhiki iliyowakabili.

Wafugaji hawa walikuwa na mawazo chungu nzima kuhusu hatima ya ukame huu ambao uligubika nchi nzima. Ingawaje walikuwa na matumaini kwamba mambo yangekuwa mema baadaye, hata hivyo walifadhaishwa na uchochole uliosababishwa na ukame huo. Tegemeo lao lilikuwa ni mifugo na jambo lolote ambalo lingehatarisha mifugo hawa lilikuwa tisho kwa uhai wao.

Walilazimika kuhamia katika ardhi ya jamii jirani ambao walikuwa wakulima. Ili kuepuka mizozo walitafuta maeneo wazi na baada ya kujenga makao ya muda walianza kuwalisha mifugo wao.

Wenyeji wao ambao walikuwa wakulima pia walikuwa na masaibu chungu nzima. Ukame ulikuwa umekausha mito yote. Mimea shambani ilikuwa imenyauka ajabu. Watu wengi ambao walikuwa wakulima wadogo waliishia kutegemea msaada wa chakula kutoka kwa serikali. Chakula walichopewa kilikuwa hakiwezi kutuliza makali ya njaa kikamilifu. Hata hivyo, kila mara kilipoletwa kilipokelewa kwa uchangamfu sana. Maji pia yalikuwa ni tatizo kubwa sana kwa wanakijiji hawa. Walilazimika kutembea kilomita nyingi sana ili kupata bidhaa hii muhimu.

Kiilu, ambaye alikuwa anaishi katika eneo hilo, alikuwa amevunjika moyo sana. Ukame huu ulimsababishia hasara kubwa. Mifugo wake wote walikuwa wameangamia. Shambani mwake mimea tayari ilikuwa imenyauka na kuacha ardhi kuonekana kama jangwa. Hali hii ya kuvunja moyo ilimfanya kubadilisha mwenendo wake kabisa. Hapo awali alikuwa anatumia muda mwingi shambani mwake. Lakini sasa ilikuwa bayana kwamba hakukuwa na haja ya kupoteza wakati wake humo kwani anga lilikuwa kavu na hakukuwa na matumaini ya mvua.

Aliona ni heri kutembea madukani na kushinda huko mchana kutwa. Huko madukani angalau aliweza kukutana na baadhi ya wanakijiji wenzake na kupata habari za kutoka sehemu mbali mbali. Hasa alipenda kuketi nje ya duka la mzee Muli.

Muli alichukuliwa kama mmoja wa watu matajiri hapo kijijini. Tofauti na wenzake kijijini, yeye hakutegemea kilimo tu bali biashara yake ya duka ilimsaidia kujikimu na kuelimisha watoto wake. Alikuwa pia akiuza magazeti na watu wengi walikuwa wakifurika mahali hapo kusoma gazeti angalau kujifahamisha kuhusu mambo yaliyokuwa yakiendelea nchini. Kiilu alikuwa mmoja wa watu ambao walihakikisha ya kwamba wamesoma gazeti kila siku.

Jumatatu moja gazeti lilikuwa na habari za kushangaza sana, jambo ambalo lilimfanya kujitolea mhanga na kulinunua. Mambo matatu yalimvutia sana. Vichwa vidogo vitatu.

Kichwa kimoja kilisema: 'Chifu afutwa kazi kwa kuiba chakula cha msaada !' "Jameni, " ilimtoka Kiilu. Watu wakasimama kumtazama na kumhoji. "Kuna nini?" Muthoka alihoji. "Unaweza kuamini chifu anaiba chakula cha msaada? Ashindwe," Kituku alibweka.

"Tunakufa njaa halafu hawa wakubwa hawajali! Wanakisambaza tu lakini hawajui kina pangu pakavu wanakiiba! Nasikia sehemu zingine kuna chakula kingi sana. Kinaozea mashambani na maghala ya serikali yamejaa. Naam na wanaomba kuagiza chakula kutoka mataifa ya nje ili kuwalisha wananchi." Wakati huu wote Wavinya ambaye alikuwa amekimya sasa aliona kuna haja ya kutoa kauli yake.

"Mimi ninavyoona kuna haja ya mpangilio mzuri kufanywa. Mwaka nenda mwaka rudi tatizo hili bado linatulemaza. Kama kuna usambazaji mzuri watu hawawezi kufa njaa."

"Kwani kuna watu waliokufa njaa?" Muli alihoji.

"Ndiyo, katika wilaya jirani kuna mjane aliyeaga dunia kwa kukosa chakula."

Mazungumzo yao yalitatizwa na Musau ambaye aliingia mbio huku anahema. Kila mmoja alisimama kumtazama."Wameingiza mifugo wao kwenye kiwanja cha shule," Akaeleza.

Thuita hakungojea kusikia mengine. Alitoka shoti kama aliyepatwa... Wenzake wakatambua mara moja anaweza kusababisha rabsha ambayo inaweza kuanzisha uhasama baina ya makundi ya wafugaji na wakulima. Kwa hivyo wakamfuata ili kumtuliza. Ng'ombe wa Tukai na wenzake walikuwa wameingia kwenye uwanja wa shule na hata kwenye shamba la chama cha kilimo cha wanafunzi wa shule hiyo. Wenyewe walipotambua kuwa bawabu hakuwa karibu hawakujali, waliwaacha wale nyasi nyororo ya shule. Haikuchukuwa muda kabla ya furaha yao kugeuka fadhaa na hofu.

Thuita ambaye alikuwa bawabu katika shule hiyo aliwatokea kama mzuka, "Nyinyi! Toa ng'ombe yenu mara moja," Thuita alibweka. Tukai na Leposo walijaribu kumtuliza, "Bwana kubwa sisi tatoa gombe yetu. Hawa naingia mbio mbio.'

"Wanakijiji waliingia na kumsaidia Thuita kuwafukuza hao ng'ombe. Walishaji hawakuachwa nyuma; waliwazingira ng'ombe hao na kuwaongoza hadi nje ya lango la shule. Wanakijiji wengi walikuwa tayari wamefika hapo kuhakikisha kwamba shule yao haivamiwi na wafugaji. Tukai na Leposo waliwaongoza ng'ombe wao kando kando ya ua la shule huku wakizomewa na wanakijiji. Walifika nje ya kijiji hicho na kushika njia inayoelekea kwenye msitu mkubwa uliopakana na kijiji hicho. Walitumai ya kwamba humo masaibu yao yangefikia kikomo.

Nyumbani kwa Thuita watoto wake wachanga walikuwa wanalia kwa njaa. Akiba yao ya chakula ilikuwa imekwisha. Mama yao aliwatazama na kupatwa na jitimai isiyo kifani. Alitambua fika ya kwamba mumewe hakuwa na pesa wala namna ya kuwatafutia chochote siku hiyo. Tegemeo lao siku hiyo lilikuwa ni chakula cha msaada ambacho walikuwa wamearifiwa kingefika alasiri hiyo. Kwa hivyo watoto walipewa *strungi* bila sukari kisha mama akashika njia kuelekea kwenye kituo cha biashara kwenda kupanga foleni kungojea chakula cha msaada. Kama wanawe, alikuwa anasononeka kwa njaa. Unyonge aliohisi uliifanya shughuli ya kupanga foleni kuwa dhiki kubwa mno lakini alitambua ya kwamba hakuwa na hiari.

Mara nyingi alitoka huko magharibi baada ya kuhakikisha ya kwamba amepata mahindi na maharagwe ambayo walikuwa wanasambaziwa na serikali. Wakati mwingine alikuwa anapewa chakula na wenzao ambao walikuwa wanajiweza kiasi. Fadhila hizi zilimfurahisha sana na kumwezesha kukabiliana na jukumu kubwa la kuilisha familia yake ya watoto watano na mume mmoja. Alipofika kwake mwendo wa thenashara hivi aliwakuta watoto wake wanasononeka kwa njaa. Kihika aliyekuwa kitinda mimba alikuwa amejaa mavumbi kutokana na vituko vyake vya kugarara chini huku akilia. Wakubwa zake aidha walikuwa wakifanya kazi za nyumba au walikuwa wakifanya kazi za shule walizopewa na walimu wao.

Baba yao alifika nyumbani saa moja kasorobo. Kama ilivyokuwa ada yake alifungua redio kusuburi taarifa za habari. Saa moja ya usiku matangazo yalisikika katika idhaa mojawapo: "Wizara ya Kilimo imetangaza ya kwamba uagizaji wa mahindi tayari umefanywa ili kukabiliana na njaa inayoikabili nchi yetu." Thuita alisonya na kuifunga redio yake kwa ghadhabu.

"Kuna nini baba Wangeci, mbona hutaki tusikie taarifa?"

Thuita akageuka kumtazama mke wake na kisha akamfahamisha, "Hii ni njama tu ya kuwatajirisha watu fulani!" Baada ya kutoa kauli hii aliingiza mkono kwenye mfuko wake wa koti na kutoa ukurasa mmoja wa gazeti ambao ulikuwa na picha ya wakulima wakilalamika kuhusu kukosa soko la mahindi yao. Chini ya picha hiyo mchanganuzi wa habari alikuwa amezungumzia kuhusu kinaya cha njaa nchini ilhali sehemu zingine nchini watu walikuwa na chakula kingi ajabu. Thuita alifungua ukurasa mwingine wa gazeti hilo na kumwonyesha mkewe barua za wasomaji ambapo alimuashiria barua mojawapo.

Katika barua hiyo bwana mmoja alikuwa akiwanyoshea viongozi vidole kwa kukosa kuwa na mipango mwafaka ya kukabiliana na tatizo la ukame na njaa nchini. Alishangaa kwa nini maghala yasijengwe katika maeneo ambayo kila mara hupatwa na tatizo hili. Dora, mkewe Thuita alishangaa na kupaza sauti bila kutambua, "Jameni huu ni uhayawani! Watu wako tayari kuchuma bila kujali maafa yanayowapata wanyonge," Thuita alitingisha kichwa na kumtazama mkewe kwa masikitiko. Alimthamini sana kwa kuvumilia madhila yaliyotokana na unyonge wao. Kwenye barabara kuu ya kutoka Mombasa wakala wa wafanyi biashara za kuagiza chakula kutoka nje walikuwa tayari wanaelekea kwenye maghala ya serikali kupeleka mahindi na kupokea dafina.

Tukai na Leposo walikuwa wakiwaongoza ng'ombe wao kurudi walikotoka. Mwenzao Sankale aliwapeleka ng'ombe wake katika viunga vya mji kuendelea kutafuta nyasi iliyozalia. Thuita na wenzake kule kijijini walikuwa na matumaini ya wakati bora kutokana na ishara walizoziona angani. Mawingu meusi yalikuwa yameanza kutanda angani. Mpasuo wa radi ulikuwa unasikika. Matone ya mvua yalikuwa tayari yameanza kuanguka. Wanakijiji ambao walikuwa wameshuka moyo waliona nuru ya tumaini. Furaha yao iliongezeka maradufu walipomuona Ole Morompi akirejea mkononi kashika furushi ambalo waliamini linabeba siri ya kupambana na ukame. Ndege angani pia walikuwa wakipaa kwa furaha kutokana na ishara za msimu wa mvua. Mara mvua ikaanza kunyesha kwa ghadhabu na kuwatawanya wanakijiji ambao walikuwa wamekusanyika kwenye baraza la maduka wengine wakipiga soga na wengine wakipisha wakati.

Dr Evans Mbuthia ni mhadhiri mtajika katika Chuo Kikuu cha Nairobi, Bewa la Kikuyu. Ni mwandishi ambaye ana utelezi wa kusimulia hadithi kwa njia ya pekee. Kazi zake nyingi ziko njiani zaja.

Kilio cha Mheshimiwa

Leonard Sanja Leo

"NAONA mkono wa Brownson Cayole. Huu ndio mkono utakao kunimaliza. Na sio mimi wanataka kumaliza, ni nyinyi. Wanataka kumaliza utawala wa Mwami, Mwami wetu tuliyemchagua kwa wingi wa kura. Je, mtakubali? Lazima tujihami. Kila mtu atwae silaha tuwaonyeshe hawa wanoataka kutuua. Iwapo hatutaweza kuwamaliza kimbele… aendaye kisima mbele hunywa maji maenge! Fungueni macho watu!"

Bongole aliendelea na mjadala akilini mwake bila bughudha wala ghadhabu. Macho alikuwa ameyakopoa na mishipa miekundu ilijichora kwenye gololi ya jicho lililofanya weusi kando. Moyo ulimdunda ndu ndu ndu kama ngoma ya Wagiriama. Mwenye kovu usidhani kapoa; Bongole alikuwa akitekenywa na lililopita na alilolitarajia siku si ayami. Hakutoka pale dirishani alikokuwa ameketi muda huo wote.

"Mimi sijala mali ya mtu. Ardhi wanayosema nimeiba, nilipewa kama zawadi. Sikuiba. Ati nimetajirika haraka! Mshahara nilionao ni wa nini? Ni mawe? Milioni na halafu,unasema nimeiba?" aliwaza.

Ingawa shtuma zilikuwa wazi na dhahiri kwa wengi, Bongole alisadiki ni maadui zake ndio waliokuwa wakieneza uvumi kumchafua,kumpaka tope na kumkosea heshima. Na hapa aliapa kwa jina la bwana wa kwao kuwa atawaonyesha kilicho-mnyoa kanga. Ndipo sasa alikuwa ameketi pale atunge insha ya maswala ya kuwatwangia hao waliombughudhi. "Hawanijui," alijiambia.

Ati Bongole alishangaa alivyowahadaa kwa wepesi, kuwahadaa watu wengi, watu wa hulka mbalimbali, watu wasomi na wasio wasomi; watu waliomwamini naye akawafanya watumishi badala ya yeye kuwatumikia! Watu ambao walilemaa kwa uchochole na taabu ya tumaini ambalo sijui litatimia au la. Kuwaza juu ya watu kulikuwa kama kuitia saa majira na huu ndio wakati na kipindi alichokiogopa.

Ndipo Bongole alipoangalia nyuma na kuwazia uchaguzi uliopita.

Mwanzo, aliliona jukwaa lililopambwa likapambika na kuwaalika waliotaka kualikwa wafanye ya kuyafanya hapo. Halafu ghafla sauti zilizoimba na kusifu za watu aliowazoea sana; mara tamu mara zinatisha. Sauti za wafuasi wake. Alitabasamu na kucheka. Kicheko kilimpa ujasiri na ari. Kiliondoa utandu uliofunga sanduku alimo-fungia maarifa ya mheshimiwa ili awaone aliowaita wafuasi.

"Wajinga ndio waliwao. Watu hawa wamezoea kudanganywa. Nitawaambia ni wapinzani wangu wanashirikiana na mkono wa nje kunimaliza kisiasa. Watakubali. Si watakubali?" alicheka tena.

Ili kujaribu iwapo nadharia hii mpya ingezaa matunda au la, mheshimiwa alighadhabishwa na shtuma za sasa kuhusu jambo aliloliona ni haki ya watu wanaowahudumia watu, tena katika nchi kama hizi zetu ambazo huo ndio mtindo na mila. Kwani yeye atakataa mila na mkataa mila ni mtumwa?

"Sijapandishwa mahakamani! Amenishtaki nani? Sitajiuzulu katu! Mimi sio mwewe kuogopaogopa. Mwenyekiti wa kitengo cha maadili na haki ni wetu. Ni kile kijitu cha *Haki za watu* ndicho kinajifanya kupiga mdomo. Nani hajui kinataka kiti changu? Lazima utatoa jasho," Bongele aliwaza kwa sauti.

Ni kama mvua kubwa iliyofungamana na umweso na radi ilimpa mizani aliyoihitaji iende sambamba na moyo na mawazo yake. Aliacha

mawazo yaende yalikotaka kwenda. Hakuyazuia.
Hayakukataa kwenda. Ilikuwa yeye ayaongoze au
yamwongoze. Mkamia maji hayanywi lakini kwa hili
alikuwa ameazimia kulikamia. Uheshimiwa ni jambo
la kukamiwa; nani asingetaka kustaafu na milioni
tatu za kusindikizwa? Alipiga hesabu ya faida za
uheshimiwa, kazi ya pekee ambayo wewe mwenyewe
ndiye husema unataka kulipwa kiasi gani cha
mshahara, marupurupu na hata *pensheni*. "Hizi zote
waninyang'anye?" aliwaza.

Matone ya mvua yalimwongezea mahadhi na
humo akapata jawabu, kwamba lazima atabambana
kiume maana ukiona vyaelea vimeundwa!
Alichukuliwa na mawimbi yaliyokuwa yana-
vurumisha majengo na miti kule nje, na badala ya
kuwaza akawa anaongea. Mheshimiwa alikuwa
kafuzu uwazaji na kupita kidato cha kujizungumzia.
Alikuwa kasimama na ingawa aliangalia nje, alikuwa
haoni katu.

"Bahasa kama kunywa maji! Mshahara? Milioni.
Marupurupu? Elfu mia nane. Za kuzuru eneo langu?
Elfu mia nne na... na… na… *this is enough salary
to make one a millionaire*. Hata hivyo, wale walikula
nyingi. Mbona hawana shukrani kwamba
tumewaletea uhuru? Kuna ubaya gani Bongole
kuchukua kidogo? Kuna ubaya gani?" aliwaza kwa
fikra za kimheshimiwa.

Aliketi tena kwenye kiti na kutazama runinga.
Ingawa kipindi cha *Bull's Eye* kilikuwa kinaendelea,
hakuona chochote hakuona lolote. Gazeti ambalo

tangu aletewe na mwuzaji hakuwa amelitazama
kwa hofu kuwa lisiwe lilikuwa limeandika chochote
juu ya uvumi uliokuwa unaenea kama ukimwi. Sauti
za magazeti na wapinzani zilimfanya aone
kichefuchefu. "Watu wanakufa njaa! Watu mafuriko!
Watu Ukimwi! Watu, watu watu. Kuna siku hakuna
watu?" aliwaza baada ya macho kupitia hapo mezani
na kuliona.

Ni kweli gazeti lilikuwa na picha ya mama
mmoja na kijukuu chake mili yao imenywea vibaya
kutokana na njaa iliyotapakaa kule vijijini na
kuwaacha wakazi hoi. Bongole aliogopa kwenda
huko kijijini wala kuwaona hao watu; hakuwa na
cha kuwapelekea mapema hivi halafu tena waje
wamwitishe wakati wa kura! Hili aliliona muhali,
haramu. Hata hivyo fikra zilimwambia hiyo ilikuwa
fanaka; kula kwa kura.

Kulikuwa na mkurupuko wa   maradhi
mbalimbali katika eneo hilo na kuwachukua waja
wengi mno. Hayo pia aliyaona fanaka. Alifurahi
wakija kumwomba afanye kitu kuwanusuru.
Alimtusi na kumdhalilisha mkewe ati alimsihi
awasaidie wakazi kama mwakilishi wao badala ya
kuwatania hali watu wanapoteza nyoyo zao. Siku
hiyo alimwita changudoa, kiberenge na hata
nguruwe. Mkewe naye hakuchoka kufanya tani
yake; akamwambia mume huyo asione kwenda
mbele kurudi nyuma kazi.

Aliwaza. Mawazo nayo yalimwambia hayaendi
mbali naye. Yalikuwa kama kovu. Mwenye kovu

usidhani kapoa. Shutuma za kuwa mfisadi na kuwa
alikuwa katajirika kupita kiasi baada ya kwenda
bungeni aliona ni sehemu ya siasa za upinzani.
Aliapa kupambana nazo kiume. Bongole aliwaza
kuhusu hali inayokuja na kuwa mwakilishi wa watu;
kazi kubwa lakini ambayo haikuwa na shukrani!
Alikuwa amepata magari, majumba, mashamba na
mengine. Kama sio wivu, wizi unatokea wapi?
Ingawa eneo lake liliwekwa la kwanza kuanzia
mwisho kwa maendeleo, hili pia aliona kuwa ni
njama ya wapinzani tu.

"Sasa magari yanaingilia wapi? Mtu mkubwa
nitaacha niendeshe gari la aibu ati watu wanakufa
njaa au ukame umetamalaki?" Bongole alijiuliza hata
sio kuwaza.

Bongole alishtuka alipotaja kutamalaki. Jasho
lilianza kumwagika kama maji. Mwanzo alitoa kofia.
Kisha akatoa koti. Hatimaye akatoa tai, akatoa shati
halafu akatoa viatu na soksi. Badala ya kuketi kwenye
kiti, alienda na kusimama karibu na dirisha. Kwa
muda, upepo ulimfariji. Kama sio kwamba mvua
ilianza tena na umweso uliofuatwa na radi
ulimwondoa pale kwa lazima, huenda asingetoka
pale wakati huo.

Alienda na kuifunga redio kwa kuona ndiyo
iliyosababisha umweso na karibu kufanya apigwe
na radi. Aliudhiwa na habari kuwa njaa ilikuwa
amewachukuwa waja mia saba na kwenda nao kwa
muda mfupi. Pia hilo aliona linawafaa hasa

wapinzani wake. Haki aliapa kwamba kama sio uchaguzi, angeenda Nairobi aishi huko kwa miaka mitano kama hapo awali. Alicheka kusikia waliibiana mifugo huko katika eneo wakilishi lake!

Aliporudi pale kitini, mzuka ule wa mawazo ulimzuga tena hata akawa zuge. Fikra zake zilirejelea nyuma siku tatu kabla ya uchaguzi na hotuba yake ya mwisho aliyoitoa kwa ukakamavu mkubwa na kuwaacha waliofika kumsikiliza vinywa wazi: hakutaja sera wala ajenda kwa watu wake. Aliwauliza tu iwapo walikuwa wamemsahau yeye ni nani. Humo katika zile fikra na katika ile hotuba aliona mkiwa na jawabu. Humo aliona mkiwa na jibu kwa kitendawili kilichomtanza.

Taratibu alianza kuikariri ile hotuba upya kwa hadhira mpya iliyosimama naye hapo ndani.

"Nina sababu muhimu sana mbona nazitaka kura. Kipindi changu cha miaka mitano iliyopita, sikufanya mradi wowote. Sikuwa waziri kamili. Lakini mwenyekiti amesema nikiingia nitakuwa waziri kamili. Haidhuru nitaanza miradi. Hata huu ukame na njaa nitamaliza, nitamaliza kabisa!" Bongole aliwaza.

Kimya cha hapo ndani kwake hakikumvunja moyo. Dakika nazo zilikuwa zinapita haraka hali ndipo alikuwa ameanza tu usemi wake. "Madona wamesema wakati huu watanipa pesa. Nimefanya nao mkataba. Nitawagawia heroe na hata batamaji. Baadaye nimewaza nikaona heri niwagawie hata chui na vifaru. Kama wanasayansi wetu na kisomo chao wameshindwa kuwauliza wapange uzazi, si tupeane?" aliwaza baina ya kicheko.

Aliwaza siku ile aliyoalikwa mbele ya vyombo vya habari. Alikumbuka alivyomtambulisha msichana mdogo aliyekuwa amefuatana naye kwa wana habari, "Sio sekritari," alicheka. "Ni kawaida si… Ha ha ha! Mtu wa kuhudhuria naye mikutano na mahojiano kama haya, ha ha ha. Miaka kama ishirini tu. Atasema jina mwenyewe." Aliwaza kuwaambia wanahabari waliofika katika hafla hiyo muhimu ya kitaifa kama alivyoiona yeye na hata wenzake wengi nchini.

Dakika zilipozidi kwenda aliona uchaguzi ukikaribia sana. "Bora kura nipewe. Kipindi hicho nisingeweza kutetea pamba na sukari. Sikuwa waziri wa kilimo wala wa nchi za kigeni wala waziri wa viwanda. Lakini kipindi hiki nina hakika. Nitainadi katika soko lote la COMESA na Marekani pamba yote; itaendea E.P.Z. Hapa nchini nitapiga marufuku mitumba. Mbona tukae kama waombaji? Kwani sisi tuna umaskini gani? Tumestaarabika sana. Viwanda vya nguo si vipo tu?" Bongole alijiuliza sasa hawazi bali anazungumza.

Fumbo mfumbie mjinga, wenyewe wapo wa kufumbiwa. Fikra zilimwachilia aendelee. "Juzi wahuni walikuja katika eneo langu na si wahuni; wapinzani wangu ambao wanataka kuidunisha rekodi yangu ya maendeleo ya miaka mitano iliyopita. Waliwashauri wakulima wakachoma miwa ili kiwanda kilazimike kukata. Unaona? Lakini watajua mimi ni simba. Sifi kwa dhoruba moja. Acha nipate kura niwe waziri wa usalama! Akileta nyokonyoko nitamwonyesha kilichomnyoa kanga manyoya. Dawa ya moto ni moto," alijisemesha.

Dakika thelathini baadaye zaidi na usemi ulikuwa unazidi kunoga zaidi na zaidi. Mawazo yalinata tu. "Mwito wangu ni wananchi wanipe kura zao tu. Hizi barabara nimepita miaka ishirini sasa zote zimekuwa kama josho la ng'ombe. Magari mangapi yameharibikia humo? Ajali ni ngapi? Nimechoka kuzika watu. Hakuna pesa za kutoa kila uchao matangani. Hizo zinatosha kumpa mtoto maskini karo ya shule ya kutwa. Sehemu yangu inahitaji angalau shule moja ya mabweni." Siku chache zilizopita vyombo vya habari vilikuwa vimetangaza juu ya mchochole fulani aliyeamua kujinyonga aliposhindwa kupata karo ya mwanawe mwerevu sana masomoni na baada ya juhudi za kumwona mheshimiwa wake kwa usaidizi kushindikana. Huu wote Bongole aliuona kama upuzi wa watu wasiojua kupanga mipango yao, tena wasiojua kutafuta mali.

Bado akishawishiwa kuendelea na fikra na ule mzuka uliomgandama, mara aliona wafuasi. Aliinuka kama kitoto kilichomwona nina na huku mikono kainua alipaaza sauti, "Wamepanga kunimaliza. Si mliona juzi magazeti yaliripoti nini? Mimi kupewa tenda, na mke wangu kupata kazi ya ukatibu, huo pia ni ufisadi? Ufisadi na ninawaletea mchele kwa bei ya maskini, bei ya kuombaomba tu?

Wamekula njama na hata nyinyi wa magazeti na vituo vya utangazaji mjue Bongole atakuwa waziri wa habari na utangazaji katika serikali ijayo, mpende msipende," alihutubia.

"Andikeni yote mazuri, sitaki kesho mseme nilisema nitakuwa makamu wa rais, sijasema. Nitakuwa hakika. Ndio maana nataka hizo kura, mtanipa niwe makamu wa rais? Nitaunda tume mbalimbali kuangalia mambo ya wafanyikazi wa umma. Mambo mengi. Mmeandika hayo?" Bongole aliwaza akiwauliza wanahabari baina ya kilio kile.

Wahenga kumbe waligonga ndipo waliposema, asiye na mengi ana machache. Bongole alikuwa kafunguka kama bomba la maji na sasa alikuwa akimwaga yaliyojificha moyoni. "Nipeni hizo kura. Hizi *academies!* Nitazifunga zote! Kwa nini watoto wao wanapita mitihani sana? Nataka hizo akili nyingi wazilete kwa shule za umma, sio vyema hivyo? Nitakapokuwa waziri wa elimu, maana chifu amesema, nitafungua vyuo vyangu vya elimu na shule ili nione hizo *academies* zitafanya nini!? Najua madona wataleta pesa hasa bajeti itakaposomwa," mwenye zake aliendelea.

Kweli simba angurumapo, mcheza ni nani? Uhuru ni wa watu fulani. Ndipo kisa cha kitambo, kitambo sana. Mwaka jana kabla kipindi cha bunge la sasa kumalizika kwa hakika.

"Wewe nani?" Bongole akauliza.

"Mimi mtu, mpiga kura," mtu akajibu.

"Oh! Umeniletea kura?" Akauliza Bongole.

"Kwani uchaguzi umefika?" Mtu akauliza.

" T. shati yenye picha yangu na chumvi ya gramu ishirini." Bongole akajibu.

"Kwa nini?" Mtu akauliza.

"Bei ya kura yako," Bongole akasisitiza.

"Ala! Ndivyo ilivyo?" Mtu akashangaa.

"Ndivyo ilivyo. Mwinyi hakosi mtwana," Bongole akabwaga.

"Maskini na mwanawe…" Mtu akasema.

"Na mwinyi na tumbo lake," Bongole akabwaga tena.

Alihisi kucheka lakini ghafla akagundua kwamba alikuwa peke yake ndani ya nyumba. Mwanasiasa wa siku nyingi si mbumbumbu. Feli ni ya kina yakhe limbukeni, wakembe. Si lolote si chochote. Bongole ni, mahiri, jogoo, radi kwa kuwatia maji wapinzani na adui zake. Sasa mbona hii ndoto? Ilikuja tena.

"Kwani huu ni mkutano au soko?" mtu wa pili akauliza.

"Mkutano," akajibiwa.

"Wa nani?" Akauliza.

"Wa siasa," akajibiwa.

"Wameleta misaada?" akauliza.

"Anaomba kura," akajibiwa.

"Kwa wanaokufa?" Akachagiza.

"Kwa wanaokufa," akajibiwa.

"Basi nani ndiye wakuomba?" Akauliza.

Mke wake aliyekuwa amechoka, alifungua mlango wa gari na kutoka. Bongole alirudi dirishani amtazame akiingia. Hakusogea mlangoni mkewe asije akapita naye ama kuanza tetesi za kila siku. Leo hakuwa na nia ya kujibizana naye. Asiyetaka vita huota fimbo.

"Hivi kinachoendelea huko nje hukijui?" Kichuna, mkewe alimwuliza.

"Nini? Unataka nilie ama mimi niende kufa kwa niaba yao?" Bongole alijibu kwa kiburi.

"Watu wanachomeana nyumba. Watu wana-uawa na kwa kudungana visu; watu wanaharibu mali za wenzao na nchi inanuka damu!" Kichuna akazidi kumchoma mumewe.

"Na bado. Lazima madoadoa yaondolewe, lazima visiki na kwekwe kung'olewa. Hawa ndio hawataki uwe mke wa mheshimiwa! Unaelewa sasa mwanamke wewe?"

"Ndio maaana mnaanguka. Kuna maana gani iwapo ni hali ya mabwana na watwana: chui kuwararua wana wa mbuzi hata wasimbakishe! Kiongozi kwelikweli!" Kichuna akasema.

"Usinitanie wewe mwanamke! Unajua nini katika ulingo huu wa wanaume? Mwanamke akiwemo mwangu ni wa kuona na kusikia tu. Kunipinga mimi ni kupingana na hatima yao! Wamepiga mbizi nchi kavu," Bongole alimzoma mkewe.

"Kumbe?" alimaka Kichuna na kuondoka mbele ya mumewe.

Kichuna alimchukuwa bintiye na wanguwangu wakateremka vidaraja nje ya nyumba yao! Bongole alirejea dirishani na kuwaangalia wakienda. Mtazamo mzuri ulimwonyesha kilichokuwa ndani ya gari la mkewe: watoto kadhaa, vyakula na mavazi kochokocho nyuma ya viti. Alipepesa macho kisha akatabasamu halafu akasonya kwa nguvu na kukunja konzi.

Runinga ilionyesha watu wanaokimbilia maisha yao: wakongwe, maajuza watoto na kina mama na vitoto vichanga vinalia mno. Walifuatwa na watu waliobeba kila aina ya silaha. Bongole hakupiga mshipa. Akilini aliona mshahara, gari kubwa na bendera ikipepea juu yake, walinzi, nyumba kule ukwasini na akaona akisafiri kwa ndege ya *Air Amerika* kwenda kutafuta biashara yake ughaibuni. Alitabasamu.

Njozi ilipokatikia hapo, aliamua achukue gari angalau ajionee kilichokuwa kikifanyika ili aombe kura kwa kuahidi usalama kwa wote na kwamba kila mtu ana uhuru wa kuishi na kuwa na mali popote!

Fikira zilimrejelea aliyeenda. Hakujua watu wangemwangusha kiongozi aliyetawala miaka mingi hivyo. Hata Kajiwe na bao lake, asingetabiri. Watu wa dini ndio waliokuwa wamegusia. Sikio la kufa halisikii dawa. Aliwashwa. Aliwashwa tena. Kumbe katika maisha inayokupandisha inaweza kukuteremsha? Kumbe kwenda mbele kurudi nyuma kazi?

Alipotazama vazi lake alilokuwa ameanika ukutani, kumbukumbu ya amani ya watu wake alipowaomba kura mara ya kwanza ilifanya akili zake zikawa na giza totoro. Watu wa amani, watu wa imani.

"Sijui mara ngapi njia zetu za mitaani kumekosekana mzoga wa watu au kipande cha sehemu ya maiti yake. Sijui ni lini hakujawa na makundi ya kutafutana. Lakini je, hizi zingekuwa sababu za pekee mimi kuanguka?" alijiuliza.

"Aliangalia picha tena. Moyo wake ukawaka ndani. Hakutaka aambiwe waliyoambiwa wazee wale wengine. Macho yake yaliangaza tena. "Sikuwa mimi niliyeimbiwa nyimbo?"

Hazikuwa zangu?" akamaka Bongole.

Sauti ilikuja taratibu. Mwanzo kutoka mbali huko. Halafu polepole akaanza kutikisa kichwa. Mara akasikia mrindimo. Wimbo ukaja juu.

Mzee ukae milele
Utawale miongo na miongo
Utupeleke mbele
Tusibaki kwenye mapango.
Maendeleo tuwe mbele
Tuwapige waongo
Wanaotupunja,
Kutuvunja migongo
Tupime kwa wao mchango.

Wimbo ulipomalizika, alikuwa anakabiliana na sauti.

"Wewe unayeimba ni nani?" akauliza.

"Sauti yenye urazini," sauti ikajibu.

" Sasa urazini ndio nini katika jukwaa la siasa? Hapa kuna sheria moja tu muhimu: kushinda. Na kushinda sharti, ama sisi ni maadui? Hawa ambao wanapotea ni kura gani hizo? Chache tu," Bongole alijiwazia.

"Na mbona unalia?" sauti ilimwuliza.

"Nalia? Bongole alie nini? Bongole ana pesa!Anaweza kuwanunua wote wamwimbie yeye na kurukaruka kama mwehu hawa. Kwani wapiga kura ni watu wenye hadhi gani?" aliuliza.

Watu walikuwa wamemzunguka Bongole. Aliwaambia wapige foleni awape hamsini za chai kila mtu. Watu walicheka zaidi. Shati alikuwa kalivua na kulifunga kichwani kama kilemba. Alipoona wanacheka alicheka pia.

"Kwa hivyo mnanipenda? Mbona hamkuni-ambia tangu hapo?" aliwauliza.

Kuona hapati jibu alianza kumwita mkewe. Alipopata fahamu ya kilichotokea, alifyatuka na kwenda nyuma ya maduka.

"Tokomea kama ibilisi," Bongole akaamuru.

"La! Utatokomea wewe," sauti ikasema na kutoa kicheko.

"Mimi ni Mheshimiwa," Bongole akasema.

"Mimi nilikuajiri. Sasa ninakufuta kazi," sauti ikasema.

"Nipe muda kidogo. Nimejitambua," Bongole akaomba

"Hujielewi," sauti ikajibu.

Ndivyo ilivyokuwa. Maisha mashindano. Bongole aliangaliana na mkewe huku anatoa machozi, machozi ya kukataliwa.

***

Ndani ya jengo. Chini watoto na kina mama. Kwa ujumla watu mia na sitini. Hapa nyama, hapo majivu na pale nywele zilizoungua. Bongole alitembea taratibu macho hapepesi, moyo nusu kaputi. Alitetemeka miguu na midomo. Kichwa kilimwanga. Kumbe mheshimiwa naye ni binadamu na ana unyonge! Machozi yalipita njia mbilimbili.

Mbali kule pembeni aliona mkono wa mkewe ukiwa na ile pete ya arusi ukiwa juu ya kichwa cha binti yao ambaye kiwiliwili chake kilikuwa majivu.

Bongole alitoka mbio kama kichaa. Akalipita gari lake na kuingia la mwenyewe. Sauti ya mkewe ilikuwa inamwita ayanusuru maisha ya binti yao. Mwenye gari kwa mshtuko alipiga kamsa akidhani mwizi. Mwanawe alimjua Bongole.

"Huyu ni mheshimiwa baba. Picha zake zimebandikwa kila mahali huko mtaani," mtoto akasema kwa sauti.

Bongole alijaribu kutabasamu kisha akaondoka bila kuaga. Alitazama kwenye ombwe na upweke unaotekenya. Alipiga kilio kilichowashtua hata

mbwa waliokuwa wamelala wakingoja kiza
wachukue jukumu la kuwalinda wafalme wao: waja
wazalendo wa nchi tukufu.

Ajizi

Owen McOnyango

KULA NA MWENZAKO BAR AND RESTAURANT kibao kilitangaza. Lilikuwa jina la mkahawa pale mjini Siaya. Siaya ni mji ambapo kunazo afisi za Wilaya. Kwa hivyo kuna afisi nyingi za serikali pale. Wizara zote za serikali zinazo afisi wakilishi katika kiwango cha Wilaya katika mji huo. Mwenye baa na mkahawa huu aligonga ndipo kwa kuanzisha biashara yake ya kuuza vyakula na pombe kwa watu wa kila aina waliokuja Siaya kwa shughuli tofauti tofauti. Wazee wastaafu walioifanyia serikali kazi siku za kisogoni walizipokea ada zao za uzeeni kwenye afisi ya D.C. Wananchi waliotaka kufuatilia mambo ya shamba, walimu waliokuwa na hiki au kile cha kuulizia kwenye afisi ya Afisa wa Elimu wa Wilaya walirundikana kule, waliokuwa na wagonjwa katika Hospitali ya Wilaya — yaani ni mahali ambapo watu walishughulikia mengi. Mwalimu Mkuu wa Shule ya Msingi ya Nanga alikuwa pale Siaya siku ile kwa shughuli maalum. Alitaka kukutana na mwamuzi mkuu wa kamati ya waamuzi katika mashindano ya kwaya za shule za msingi za Wilaya ya Siaya. Mwalimu Mkuu huyu Bw. Omuodo alifika Siaya saa moja kamili akaenda moja kwa moja mpaka KULA NA MWENZAKO BAR AND RESTAURANT kumsubiri Bw. Aradi. Mkutano wao waliahidiana uwe saa mbili ya usiku. Na ilibidi uwe mkutano wa usiku kwa kuwa shughuli yenyewe ilihitaji mkutano wa siri.

Katika mashindano ya kwaya ya mwaka jana Shule ya Msingi ya Murgweng' ilimpa kijasho mwalimu Omuodo. Shule ya Nanga ilipokonywa ushindi. Shule ya Murgweng' ilitajika katika mashindano ya kwaya, si katika Wilaya hiyo ya Siaya pekee bali katika Mkoa mzima wa Nyanza na hata katika mashindano ya Kitaifa nchini Kenya. Katika shule ya Murgweng' uimbaji ukawa sifa yao kuu iliyowafanya kujulikana kote nchini. Wahisani wengi waliovutiwa na uimbaji wao wakajitokeza si kuiendeleza shule kwa uimbaji tu bali wakachangia kwa mengine vile vile. Shule ikapata madawati mapya na vitabu vilijazwa kwenye maktaba yake. Mwishowe shule ya Murgweng' ikaanza kuimarika hata kiakademia. Wanafunzi wengi kutoka Murgweng' wakaanza kujipatia nafasi katika shule nzuri za upili kama, Maseno, Yala, Sawagongo, Usenge, Lwak na Ng'iya. Mwaka uliopita mvulana mmoja akaitwa Alliance Boys na msichana mmoja akaitwa Loreto. Mwalimu Mkuu wa Murgweng' Bw. Obura akapata sifa. Mwalimu Mkuu wa shule ya Msingi ya Nanga Bw. Omuodo akaona mpinzani wake mkubwa ni huyu Bw. Obura na shule yake ya Murgweng'. Bw Omuodo akaona kiwanja cha kusakatia upinzani wao ni pale pale kwenye mashindano ya kwaya. Murgweng' ilishinda mwaka uliopita, mwaka wa 2000, na si katika Wilaya tu bali walifululiza mpaka mkoani na kushinda kule. Katika mashindano ya kitaifa Murgweng' ilijumuishwa kwenye shule zilizofanya vizuri zaidi na kama ilivyokuwa desturi walimwimbia Rais ikuluni.

Haya yalimtafaruku machango Bw. Omuodo akaamua kuwa wakati huu atafanya juu chini apate ushindi. Ndipo yakajiri haya ya kukutana na Bw. Aradi, mkuu wa kamati ya waamuzi katika mashindano ambayo yalipangiwa kufanyika siku tatu baadaye. Pale katika KULA NA MWENZAKO BAR AND RESTAURANT Bw. Omuodo alikuwa ameandaa chakula. Nyama ya mbuzi ilichomwa kilo tano. Kuku waliofanyiwa *deep fry*, watatu. Mapaja ya kuku, sita, zilichomwa. Ugali ulipikwa kujaza sinia nzima. Ugali wenyewe ulipopakuliwa ukawa na njano kidogo juu yake, ishara ya kuunguzwa kiasi ili makovu yabaki kwenye sufuria lakini ugali wenyewe ubaki ukitoa moshi wa kunukia utamu, ishara ya kuiva. Pia, kila mtu akaagiza aina ya kinywaji alichokipenda.

Mwalimu mkuu, Bw. Omuodo wa Nanga na mwamuzi mkuu, Bw. Aradi, wakala na wenzao. Bw. Omuodo aliandamana na mwalimu mmoja wa kike na Bw. Aradi aliandamana na mwanakamati wake mmoja wa kiume. Wakala hawa watu wanne. Wakanywa hawa watu wanne. Mwisho Mwalimu Mkuu wa Nanga na Mwamuzi Mkuu wakatoka kwenda chemba. Mwalimu Mkuu akamkabidhi mwamuzi shilingi elfu kumi na tano, pesa taslimu. Waliporejea kwa wenzao Mwalimu Mkuu akaaga:

"Itabidi mimi nichukue teksi niende. Nyinyi mbaki na mlale salama. Huyu mwalimu mwenzangu tuliyeandamana naye atabaki na nakuomba Bw. Aradi mlipie pa kulala." Agizo hilo la mwisho likamtoka huku akiwafinyia jicho yule mwalimu wa kike na vilevile Mwamuzi Mkuu. Wakacheka wote.

Habari za upinzani kati ya shule hizi mbili, Nanga na Murgweng', katika uimbaji ulifanya mji wa Siaya kufurika na halaiki kubwa ya watu siku ile ya mashindano ya Wilayani. Shule zilizoshinda katika maeneo mbali mbali ya Siaya zikakusanyika kwa kushindana tena katika kiwango hiki cha juu. Watoto wa shule zilizoshindwa wakaja kusikiliza na pia kujifunza kutokana na ugwiji wa hao walioshinda. Walimu wakatoka hata kwenye Wilaya zingine. Maafisa wa Elimu na mashabiki wa muziki na uimbaji wa kila namna wakawa Siaya. Shule za Nanga na Murgweng'' zikapangiwa kuimba mwisho mwisho kwani kama wangeimba mwanzo watu wangetawanyika baada ya kuwasikiza.

Afisa mmoja wa Elimu Wilayani akatangaza kuanza kwa mashindano na akamkaribisha Afisa Mkuu wa Elimu katika Wilaya aliyekuwa mgeni wa heshima siku ile aseme machache. Afisa huyo akawa na nidhamu ya kufupisha usemi. Alisema mashindano yangeanza na angetaka kila shabiki na waliohudhuria wote wawape moyo washindani ili waweze kuwa na mashindano ya kufana. Akatangaza pia kwamba walikuwepo waamuzi wataalamu katika mashindano yale. Akazitakia kwaya zote mema. Akasema pia kwamba angeitakia shule iliyoimba vizuri zaidi ushindi na kwamba watakaoshindwa wabaki kuwa na maadili ya ushindani. Afisa huyo akakaa huku ukumbi mzima ukimpigia makofi na hata vifijo kwa kuzungumza na kutoa nasaha yenye kustahili cheo chake.

Watatu na wa mwisho kuzungumza katika uratibu wa mambo siku ile akawa ni yule mwamuzi mkuu wa kamati ya uamuzi. Alisimama akawataka watu wote kunyamaza. Walipomtii akawajulisha wanakamati wenzake. Kila mmoja wa wanakamati akaelezewa kama mtaalamu wa mambo ya muziki tena wa miaka mingi. Waliohudhuria wakaelezwa taaluma za wanakamati. Wote wakasemekana ni wataalamu wa uimbaji, ala za muziki na uchezaji wao na uongozaji wa kwaya. Waama kulingana na mkuu wao walikuwa wajuzi wa nyanja zote zilizohitajika kufanya uamuzi katika mashindano kama yaliyowakabili siku ile.

Nyimbo zikaanza kila shule ikiambatisha nyimbo na kila aina ya ala za muziki. Watoto wakaimba nyimbo za kila namna na wakatokwa na maudhui mbalimbali. Nyimbo zenyewe zikazusha hisia tofauti tofauti kutoka kwa mashabiki wa nyimbo na muziki kwa jumla waliokuwa pale ukumbini. Mwisho zilisalia shule mbili tu - kwaya ya Shule ya Msingi ya Nanga na Shule ya Msingi ya Murgweng'. Kwa wakati ule ukumbi ule ulikuwa hautokeki na hauingiliki. Viti vilikuwa havipo tena. Hata viti vya karibu na jukwaa vilivyotengewa *wakubwa* vilikuwa vimekwisha. Joto likawa tele, hewa safi ikawa inaadimika kila dakika ilipopita. Mtangazaji wa jina la shule ya kufuatia akatangaza kwamba shule ambayo ingefuata ni Shule ya Msingi ya Nanga.

Wanakwaya wa Nanga wakaingia kwa madaha wakitikisa viuno, mabega na vichwa vyao. Wakaingia kwa wimbo:

Sisi Wanananga tunaingia
Eeee Eeee tunaingia
Sisi Wanananga tunaingia
Eeee Eeee tunaingia

Wakajipangapanga pale kwenye jukwaa. Kiongozi wa kwaya akatangaza kwamba wimbo wao uliitwa *Upishi Bora* na kisha akatoa viimbo mbalimbali, akaashiria miondoko ya miili kwa wanakwaya, wakatikisika kwa mwendo mmoja, tena barabara. Akaonyesha ishara watoe sauti zao—saprano, bezi, alto. Jukwaa likachacha. Wimbo ukawatoka Wanananga:

> *Maisha mazuri ni upishi bora*
> *Kama keki, tia unga, maji kipimo sawa*
> *Tia na mayai, sukari tia, kanda vilivyo*
> *Oka keki ukiitoa iwe keki tamu*
> *Maisha mazuri ni upishi bora.*
>
> *Maisha mazuri ni upishi bora*
> *Kama ni dagaa tia maji,*
> *Maji ya kwanza yamwae ya changarawe na uchafu*
> *Kaanga dagaa ukiwaandaa wawe samaki watamu*
> *Maisha Mazuri ni upishi bora*

Wanananga wakafunza namna za upishi wa kufaa kwa upishi wa mboga za kienyeji, nyama za wanyama wa kufugwa na wa mwituni. Ikatokea kwamba mle ndani mlikuwemo mashabiki wa shule hiyo ya Nanga. Ikajulikana kwamba wengi walikuja kuwashangilia na wengine wakawa wanashangilia kwa kuvutiwa na wimbo. Akilini mwa wengi katika ukumbi ule likawa linapitika swali kama kweli shule nyingine ingeweza kuwapiku Wanananga walivyoimba. Walipomaliza kuimba Mwalimu Mkuu wao, Bw. Omuodo, akasimama kule mbele walikokaa *wakubwa* akapinduka kuitazama hadhira akapiga makofi ungedhani mikono itampasuka. Akapiga makofi kwa njia ambavyo ilielekea alikuwa akiihimiza hadhira nzima ijumuike katika kuishangilia Nanga. Wengi wakaitika.

Baadaye mtangazaji wa uratibu wa matukio akataja kwamba washindani ambao wangeimba mwisho walikuwa ni wa kutoka Shule ya Msingi ya Murgweng'.

Pale Pale, ghafla, wakaingia vijana kumi na mmoja kila mmoja amebeba ngoma na wa mwisho akawa amebeba kiti. Ngoma zile zikapangwa kwenye jukwaa. Kiti nacho kikatiwa mahali pake. Akafuatia kijana mmoja mvulana aliyebeba vigongo viwili vya kupigia zile ngoma. Alizisogelea zile ngoma, akakaa kitini. Huyu akawa kumbe ndiye mpiga ngoma. Akawa anazigongagonga zile ngoma kupata kigong'ondo cha kila mojawapo na akawa anapangua mpango wa wenzake waliokwishatoka kwenye jukwaa. Akazipanga ngoma upya. Kila akizigonga akawa anazipangua na kuzipanga upya. Hadhira ikamsifu kwa makofi kwa machachari hayo ya upanguaji na upangaji wa ngoma.

Waimbaji wa shule ya Murgweng' wakajitosa pale jukwaani wakiwa kimya kabisa. Bashasha tangulizi wakamwachia mpiga ngoma. Matayarisho yale yalikuwa na athari yake. Ukumbi mzima ulitulia tuli na ukashuka pale unyamavu wenye kishindo.

Mpiga ngoma akaanza kupiga ngoma zote kumi kwa pamoja na kiimbo chenye utaratibu wa kutambulika ukatoka kwenye mapigo yake. Watu wakashangaa mtu mmoja kutia utaratibu wa sauti za ngoma kutoka ngoma zote kumi. Murgweng' ikapigiwa makofi ilihali walikuwa hawajaimba! Kiongozi wa ile kwaya akatangaza kuwa wimbo uliitwa *Ushindi*. Kiongozi yule akaanza kugotagota sehemu ya mbele ya mguu wake wa kulia. Baada ya mapigo matatu au matano hivi, kwaya nzima ikajumuika. Miili yote ikasukumiwa upande mmoja, kisha ikalazwa upande wa pili. Vichwa vya waimbaji vikainuliwa juu na vile vile kuinamishwa kiasi kana kwamba walikuwa wanatoa ishara ya kuomba kusikizwa. Wimbo ukawatoka:

Mwezi wa nane ishirini na mbili saa sita kamili
Ulimwengu ulitanda mawingu meusi
Ulimwengu nzima ulinuna
Ulimwengu ukatanda huzuni.
Ndege wa angani wakagoma kuimba.
Wanyama mwituni wakasusia mlo. X 2

Kumbe Baba Taifa alikuwa ameaga dunia.
Aliuacha ulimwengu akiwa kule ufuoni, Mombasa.
Watu wengi walilia sana.
Wakenya waliona kiza kimewakabili.
Wamama wa Kenya
Wazee wa Kenya.
Watoto wa Kenya
Wakaona wameingiwa na uyatima.

Waliuimba wimbo ule kwa sauti za kukomesha roho. Wimbo ulisawiri kifo cha Rais wa Kwanza wa Kenya, Jomo Kenyatta. Wakawataja mashujaa wa vita vya uhuru wa Kenya. Wimbo ukawakumbusha mateso waliyoyapata wale mashujaa. Ukataja Ushindi ulivyofikiwa kwa Kenya kupata uhuru.

Wale watoto walipomaliza kuimba hakukusikika hata kupumua kwa mtu kwa dakika nzima. Halafu ghafla makofi yakaanza, vifijo, mbinja, yowe za kuisifu kwaya ile zikapanda juu. Watu wote wakaanza kusemezana kwamba kama kuimba, wana Murgweng' waliimba kuwashinda wote. Kama ni kutumia viambatishi kama ngoma basi ngoma za Murgweng' walisema hazingesahaulika kwa miaka mingi ya baadaye.

Waamuzi walichukua muda wa saa nzima kabla ya kuwa tayari kutangaza washindi.

Walipoijulisha hadhira kuwa walikuwa tayari watu walitulia kusubiri matokeo ya mashindano ya kwaya ya shule za msingi za Wilaya ya Siaya mwaka 2001. Matumaini ya kila shule yalikuwa juu ingawa kwa hakika shule zote isipokuwa Nanga na Murgweng' zilikuwa zikipigania nafasi ya tatu. Na muamuzi mkuu Bw. Aradi hakupoteza muda. Aliihutubia hadhira akasema shule zote zilijitahidi na mashindano ya 2001 yalikuwa ya kufana kushinda ya miaka yote iliyopita. Akatangaza washindi. Nafasi ya tatu ilitangazwa kwanza:

"Nafasi ya tatu, Shule ya Msingi ya Bar Nyatheny," alitangaza mwamuzi.

Makofi yakapigiwa shule hiyo ambayo wanafunzi na walimu wake walianza kusherehekea pale pale. Wakarukaruka, mbinja zikapigwa, mwalimu wao mkuu akatembeatembea pale mbele akipewa mikono na hongera na *wakubwa*. Mwamuzi akaendelea.

"Nafasi ya pili, shule ya Msingi ya..." Mwamuzi akasita. Matamanio ya hadhira ilikuwa imepanda mno na hata mwamuzi yule ikawa kana kwamba kulisoma jina la shule kulishindikana. Alisoma kwa kugogoteza. Watu wote walijua umuhimu wa kuisoma nafasi ya pili. Ingesomwa basi wangejulikana washindi bila kutajwa. Akajaribu tena.

"Nafasi ya pili, Shule ya Msingi ya Murgweng" tangazo lilimtoka mwamuzi mkuu katika mashindano hayo ya kwaya ya mwaka 2001.

Watu katika hadhira ile wakaduwaa na kuachama kwa sekunde kadhaa. Halafu wakasadifu yaliyotokea. Hapo ndipo yalipotokea yaliyotokea mashindanoni ya kwaya ya shule za msingi za Siaya mwaka huo. Maana ya matangazo yale ya nafasi ya pili ilikuwa kwamba yaelekea ni Shule ya Nanga iliyoshinda. Kunao msemo katika jamii ya Waluo kuwa salamu za kutumiwa hazitoshi. Yaliyotokea pale ukumbini na baadaye katika mji mzima wa Siaya hayasimuliki.

Fujo hizo zikaenea. Watu wakawafuata waliowaona kama wahasiri wao kote walikokimbilia. Soda zikanywewa bila malipo. Watu wakageuka wanyang'anyi. Walinyakua mikate na maziwa madukani. Maduka yakafungwa. Afisi nyingi zikavunjwa madirisha. Afisi zikafungwa.

Askari polisi walifika na vitoa machozi vyao kuimarisha sheria na utulivu. Giza likashuka Siaya; moshi wa vitoa machozi ukiwa ungali angani. Hospitali ya Wilaya ya Siaya ikapokea majeruhi wengi. Kila mmoja alikuwa na jeraha la aina tofauti na kwa walioweza kusema wakatamka hadithi za kila aina, ndefu na fupi.

****

Mwaka ule wa 2001 mashindano ya kwaya kwa shule za msingi yalifanywa mara mbili. Kamati iliyochunguza matukio ya siku ile ilifikia uamuzi kwamba hakukuwa malalamishi kwa ushindi wa nafasi ya tatu uliopewa shule ya Bar Nyatheny. Kamati ikaamua kwamba tatizo lilikuwa ni kuamua mshindi kati ya shule ya Nanga na ile ya Murgweng'. Yaani kuamua nani wa pili na nani wa kwanza. Kamati iliamua kwamba katika mashindano ya kuamua mshindi kati ya Nanga na Murgweng' ingefaa mkuu wa kamati ya uamuzi ateuliwe na Afisa Mkuu wa Elimu wa Mkoa Nyanza na ahudhurie mashindano hayo kule kule, katika ukumbi ule ule.

Mkuu wa kamati aliyechaguliwa ni Bw. J.J.J Stephen. Mwamuzi huyo alisifika sana katika somo la muziki katika Mkoa mzima wa Nyanza. Jina lake likawa linafupishwa kama J. J. na jina hilo la mkato lilihushishwa na shughuli za muziki Nyanza. Katika shule, makanisa na katika vyama vya vijana wakristo waliokuwa na kwaya katika vyuo. Vile vile vikundi vya mama na wazee. Kwa hivyo hakukuwa na pingamizi jina J.J. lilipotangazwa kuwa ndiye atakayekuwa mwamuzi mkuu katika mashindano kati ya Nanga na Murgweng'.

Siku yenyewe ilipofika kulikuwa na msukumano mkubwa wa watu kule mjini Siaya. Kulikuweko msongamano katika kila baa, kila duka kila mkahawa na katika posta, kote. Ukumbi wenyewe ulikuwa umefurika na watu. Siku hiyo askari polisi walikuwa wengi na wakawa sehemu zote za mji. Ilitokea kwamba polisi wa Wilaya nzima walikuwa pale mjini. Baadhi ya wale polisi walitoka kwenye kituo kikuu cha Mkoa kule mjini Kisumu. Hali ya usalama ikapewa kipaumbele. Saa nne ambapo ndipo saa iliyotangazwa kwamba mashindano yangeanza, wafanyibiashara wote wa Siaya wakafunga maduka na maafisa wakafunga maafisi. Afisi zilizobaki wazi zilikuwa za D.C. na za kituo cha polisi pale Siaya.

Afisa mkuu wa Elimu wa Siaya ndiye aliyeng'olesha nanga uratibu wa siku ile. Alitangaza kwamba wakati huu hawangependa kushuhudia hali kama iliyoshuhudiwa pale wakati ule mambo yalipofarakana. Akachekesha kwa kusema eti siku ile wanafunzi walithubutu kuwamiminya shingo walimu wao. Watu walipocheka akawatolea macho kwamba aliyokuwa akiyasema hayakuwa ya kuchekesha. Watu wakafyata mikia yao.

Akatangaza kwamba baada ya kushauriana vilivyo na Wizara ya Elimu kule Nairobi na vile vile kushauriana na maafisa wengine wa Wizara nyingine ya serikali, Afisi ya Katibu Mkuu wa Wizara ya Elimu ilikuwa imemtuma mwamuzi mkuu mwengine na wala si J.J.J. Stephen. Aliahidi kwamba sababu zingejulikana baadaye. Akawajulisha watu mwamuzi aliyetoka Nairobi, Bw. S.H.E. Riakali. Aliposimama Bw. Riakali na kuipungia hadhira mkono alikaribishwa kwa furaha. Akapigiwa makofi. Akakaa. Ukumbini na hata kwa wale waliokuwa madirishani na milangoni kukawa na hisia za afadhali.

Mwalimu mkuu wa Shule ya Msingi ya Nanga, Bw. Omuodo, akaonekana kaingiwa na kiwewe, jasho likamtoka ovyo. Akainuka kutoka kwenye kiti chake na kuelekea kwenye mlango mojawapo pale ukumbini. Alipolitia guu lake nje akakabiliwa na watu fulani waliovaa nguo za kawaida lakini walioonyesha sura za kutozoea mchezo. Pale alipokaa J.J.J. Stephen kukaonekana kuwa kulikuweko na cha mno. J.J alionyesha hali ya kutoweza kupumua. Akashikiliwa na watu wawili mmoja ameingiza bega lake kwenye kwapa la kulia na mwengine kwapa la kushoto. Watu wale walimwinua, nusu kumbeba nusu kumburura. J.J alikuwa akitolewa nje. Guu lake lilipokanyaga udongo nje ya ukumbi kazi ya wale wasamaria wawili ikakomeshwa. Mikono ya J.J. ilikutanishwa na pingu. Pingu lake Mwalimu Mkuu, Bw. Omuodo, tayari lilikuwa limemkaa. "Waheshimiwa" wale wawili wakaonyeshwa *landrover* ya polisi wakapelekwa, bila shaka kuhudhuria "mashindano" tofauti.

Kiongozi wa kwaya ya Nanga alitafutwa ukumbini hakuonekana. Wanafunzi wa kwaya ya Nanga wakabaki wameachama. Yaliyojiri, watoto wale hawakuweza kuyaelewa. Naibu Mkuu wa Nanga akatangaza kujiondoa kwao katika yale mashindano.

Wanakwaya wa Murgweng' wakaingia tena jukwaani. Siku ile wakajitosa pale na bashasha zaidi. Waimbaji wakajipanga taratibu kwa sodau na beuo. Yule mcheza ngoma wao akafumba macho yote akaelekeza uso wake juu kwenye dari. Ngoma alizigota bila kuzitizama. Zote kumi mfululizo.

nda .. nda .. ndaa
nding' ..ndong' .. ndi
nda .. nda .. ndaa
nding' .. ndong' ...ndi

Ngoma zililizwa zikalia. Wana-Murgweng' wakarudia wimbo wao:

Mwezi wa nane ishirini na mbili saa sita kamili
Ulimwengu ulitanda mawingu meusi
Ulimwengu ukatanda huzuni.
Ndege wa angani wakagoma kuimba.
Wanyama mwituni wakasusia mlo. X 2

Walikiimba kisa cha kifo cha hayati Jomo Kenyatta.
Walipofikia kuwataja mashujaa wa uhuru hadhira
ikaingiwa huzuni:

    Achieng' Oneko alilala jela kwa vita vya uhuru
    Kungu Karumba alilala jela kwa vita vya uhuru
    Kagia Bildad aliteseka kwa vita vya uhuru
    Paulo Ngei aliona mengi kwa vita vya uhuru
    Fred Kubai aliteswa sana kwa vita vya uhuru.

Kufikia hapo kuwataja akina Kung'u Karumba,
Kubai na Bildad Kagia hata Afisa Mkuu wa Mkoa
wa Elimu alitoa kitambaa chake akaonekana yualia.

Maelezo ya Baadhi ya Maneno na Misemo

Siku ya Kheri

yaliniseta	–	yalinilemea; yalinisagasaga
kuraukia	–	kuamkia asubuhi na mapema
mpwapata	–	baiskeli
matoto	–	yasiyo mepesi; mazito; makubwa
zogo	–	kelele

Macheo Mengine

mafutu	–	kwa tabaabu; kwa shida
wamebugia chumvi	–	wameishi miaka mingi; wazee
kusaili	–	kudadisi
risala	–	taarifa inayohusu haja fulani kutoka kwa mtu mwingine
kusafiria bahati ya	–	kutegemea ufanisi wa mtu mwingine kufaulu
mbwembwe	–	madaha; mchangamfu zaidi
sitimai	–	huzuni

Daktari Strese

kuonea fahari	–	kujivunia; kufurahia
aliyepembejwa	–	aliyedekezwa
mtafaruku	–	fujo; wasiwasi

teuka   – ropokwa; ongea bila
                          kuwaza
deresa   – mhudumu wa kusafisha
                          na kufunga vindonda.
aliyepembejwa   – aliyedekezwa

Watakaoingia Mbinguni
bashasha   – furaha
akajiburura   – akajivuta mchangani

Mwavyaji wa Roho
ughaibuni   – ulaya; ng'ambo
kuwaparura   – kupigana nao
kiweto   – kuku wa kike
mihadarati   – madawa ya kulevya

Kuwa Mume
wacheze kibe   – wacheze ovyo machoni
                          pake
hakumtia machoni   – hakumwona
mchapuko   – haraka; mbiombio

Uganga wa Pete
mambo ya ngoswe   – mambo yasiyomhusu mtu
                          mwingine; mdaku

Chozi la Pilipili
aligota mwamba   – alishindwa
aliibuka na jawabu   – alipata suluhisho
walitoka shoti   – walitoka mbio

Kadhia ya Sikujua
ulidhihiri	–	ulikuwa wazi; ulijulikana
mtagusano	–	maingiliano; utangamano
jongomeo	–	mauti

Kusalitika kwa Moyo
amemtupia jicho	–	amemuona
alielemewa	–	alizidiwa
ilipomnasa	–	ilipomvutia sana

Anga Kavu
yaliyomsakama	–	yaliyomjia; yaliyomshika
kuridhisha	–	kutosheleza
mchana kutwa	–	siku mzima
uhayawani	–	unyama

Kilio cha Mheshimiwa
Mwami	–	kiongozi
nadharia	–	mkondo wa mawazo wa kusuluhishia mambo
kumdhalilisha	–	kumdharau
mbumbumbu	–	asiyefahamu jambo
hadhi	–	heshima; cheo

Ajizi
kufana	–	kupendekeza
kugotagota	–	kupiga mguu chini kwa kutumia ncha ya vidole.
wakasadifu	–	wakagundua; wakafahamu
likamtoka ovyo	–	akaropoka

www.ingramcontent.com/pod-product-compliance
Lightning Source LLC
Chambersburg PA
CBHW080937120726
48003CB00011B/3195